ngôi trường mọi khi

Nhà xuất bản Trẻ xuất bản
theo hợp đồng sử dụng tác phẩm tháng 3 năm 2011

BIỂU GHI BIÊN MỤC TRƯỚC XUẤT BẢN DO THƯ VIỆN KHTH TP.HCM THỰC HIỆN
General Sciences Library Cataloging-in-Publication Data

Nguyễn Nhật Ánh, 1955-
Ngôi trường mọi khi : truyện dài / Nguyễn Nhật Ánh. - In lần thứ 41 - T.P. Hồ Chí Minh : Trẻ, 2022.
244 tr. ; 20 cm.

1. Tiểu thuyết Việt Nam -- Thế kỷ 21. 2. Văn học Việt Nam -- Thế kỷ 21. I. Ts.
1. Vietnamese fiction -- 21st century. 2. Vietnamese literature -- 21st century.

895.922334 -- ddc 22
N573-A60

NNA_Ngôi trường mọi khi (13x20)
8 934974 177302

nguyễn nhật ánh

ngôi trường mọi khi

truyện dài

NHÀ XUẤT BẢN TRẺ

Tặng các em học sinh Ngôi Trường Mọi Khi
& nhóm bạn ACE

Em về trưa vắng
Ngôi trường mọi khi
Nghe trong bóng nắng
Mùa xuân thầm thì:

Này cô tóc ngắn
Ai là bảnh trai
Để cho kiếng cận
Tự nhiên thở dài?

Này cô tóc bím
Mười sáu ngọt ngào
Con trai mặt mụn
Con gái thì sao?

Ai là răng chuột
Gặm bịch bắp rang
Có tha hột mít
Đem giấu trong hang?

Con nai có mắt
Nên gọi mắt nai
Cây tiêu có hạt
Mép thì có ria

Mùa xuân đừng hỏi
Bạn em rất nhiều
Tại chưa nói hết
Đâu chỉ bấy nhiêu!

1.

Để đọc câu chuyện này, bạn bắt buộc phải tưởng tượng.

Nếu là con gái, bạn tưởng tượng ít thôi. Nếu là con trai, bạn phải tưởng tượng khủng khiếp hơn nhiều.

Khủng khiếp bởi vì bạn phải tưởng tượng mình là... con gái. Là một nữ sinh năm nay bắt đầu vô lớp mười.

Khủng khiếp còn ở chỗ lớp mười chẳng hề giống chút gì với lớp chín.

Lớp chín cũng khác lớp tám, lớp tám cũng khác lớp bảy, lớp bảy cũng khác lớp sáu, nhưng so với sự khác biệt giữa lớp chín và lớp mười thì quả chẳng thấm tháp vào đâu.

Lớp mười tức là đã lên cấp ba. Cấp ba đã là người lớn rồi. Cho nên từ lớp mười ngoái đầu nhìn lại tụi học trò lớp chín, bạn sẽ thấy lũ nhóc này sao mà lóc chóc quá. Hừ, đúng là một bọn hỉ mũi chưa sạch! Chắc là bạn sẽ kiêu hãnh nghĩ trong đầu như thế.

So với đám con trai cùng lớp, việc lên lớp mười của bạn xem ra còn trọng đại hơn gấp bội. Bọn con trai hồi lớp chín ăn mặc thế nào năm nay vẫn ăn mặc y như thế, mèo vẫn hoàn mèo. Nhưng bạn thì khác. Chiếc áo dài nữ sinh làm bạn thấy mình lớn hẳn lên, quan trọng hẳn lên, đã ra dáng một cô thiếu nữ hẳn hoi. Bạn ra phố với mẹ bạn, nghe người ta trầm trồ "Ồ, hai chị em giống nhau quá", hẳn đôi má bạn sẽ hồng lên. Nói bạn bẽn lẽn cũng đúng, mà nói bạn thích thú cũng chẳng sai.

Tất nhiên, ngày đầu tiên được mẹ dẫn đi may áo dài, bạn hồi hộp lắm. Ngày đi thử áo, bạn còn phập phồng hơn. Ôi, chiếc áo dài, nó cứ vướng vướng thế nào, chật chật thế nào, thở không dám thở mạnh, bước không dám bước nhanh. Lại dãy nút bấm bên hông nữa, sao mà ngược tay quá, khó cài quá.

Nhưng khi đứng trước gương, tròn xoe mắt ngắm nghía cái cô nữ sinh lạ hoắc lạ huơ kia, bạn lại thấy ngồ ngộ, khoái khoái. Tự hào nữa. Rằng cái cô gái ấy đẹp đẹp là, xinh xinh là.

Tất nhiên bạn sẽ đứng trước tấm gương không phải một phút. Cũng không phải mười phút. Dám chắc, ba mươi phút là tối thiểu. Bạn đứng đó, xoay bên này, xoay bên kia, mắt nhìn chăm chăm vô gương.

Bạn nhìn ngực, ngó vai, dòm hông, liếc chân, tự hỏi không biết mình có mập quá không, có ốm quá không. Bạn săm soi rồi bạn băn khoăn: Nên để kiểu tóc gì cà? Kiểu tóc gì thì hợp với chiếc áo dài đầu tiên trong đời: Tóc xõa, tóc tém, cột đuôi gà hay thắt bím?

Hôm khai giảng, bạn dậy thật sớm. Bảy giờ nhà trường mới bắt đầu làm lễ nhưng tối hôm trước bạn quyết định để đồng hồ báo thức lúc bốn giờ, khiếp!

Dù vậy bạn vẫn thấy khoảng thời gian ba tiếng đồng hồ kia sao mà ngắn ngủi. Loay hoay một tí đã tới giờ phải ra khỏi nhà rồi.

Nhưng mà bạn có dám ra khỏi nhà một cách hiên ngang đâu. Bạn đứng lấp ló trước cửa, nhìn ngang ngó ngửa vừa mong vừa không mong gặp ai quen. Mắc cỡ lắm, tự dưng lại áo dài! Chắc chắn người ta sẽ trêu bạn, ít nhất là ba người: bà bán thuốc lá đầu hẻm, bà bán hủ tiếu trước nhà, bà chủ sạp báo quen đầu phố.

Dù sao thì bạn cũng không thể nấn ná mãi. Trễ giờ mất! Thế là bạn rụt rè bước ra khỏi cửa, đầu cúi gằm xuống đất, có lúc bạn nhắm tịt mắt, hai chân như quíu lại.

Cho đến khi leo lên xe, ngồi sau lưng mẹ bạn, trống ngực bạn vẫn còn đập binh binh.

Bạn tưởng là "thoát nạn", nhưng khi mẹ bạn vừa nổ máy, bà bán thuốc lá ngồi sau quầy chợt ngước lên, reo ầm:

- A, con gái! Hôm nay mặc áo dài nom xinh quá!

- Lẹ lên mẹ!

Bạn đỏ mặt, vội vã đập tay vào lưng mẹ bạn.

Chiếc xe lao đi và bạn thấy lòng mình rộn ràng quá đỗi. Mà không hiểu vì sao.

2.

Mẹ bạn thường ngày vẫn chạy xe chầm chậm, khoảng 20km/giờ.

Hôm nay mẹ chạy như thế là nhanh lắm. Nhưng bạn vẫn muốn nhanh hơn nữa.

- Lẹ lên mẹ!

Chiều ý bạn, mẹ bạn chạy nhanh hơn.

Nhưng bạn vẫn chưa vừa ý:

- Nữa mẹ!

Mẹ bạn cười:

- Làm gì hốt hoảng thế con? Chẳng ai nhìn thấy con đâu!

Mặc dù được mẹ trấn an, bạn vẫn chưa thật yên tâm. Bạn ngoảnh cổ nhìn quanh. Trời đất ơi, cái gì thế này?

Đang chạy song song bên cạnh bạn là thằng Mặt Mụn, đứa bạn học chung lớp năm ngoái. Thằng Mặt

Mụn đang gò lưng trên chiếc xe đạp sườn ngang láng coóng, tủm tỉm cười. Chắc từ nãy đến giờ nó lặng lẽ chạy bên cạnh bạn, và đã thấy hết cảnh bạn nhõng nhẽo thúc tay vô lưng mẹ.

Bạn vừa ngượng vừa tức, bèn giơ nắm đấm:

- Đồ con rùa!

Thằng Mặt Mụn cười hì hì:

- Thì rùa đang chạy thi với thỏ mà!

Nói xong, nó liếc chiếc áo dài của bạn, hấp háy mắt rồi rụt cổ lại, thè lưỡi ra.

Bạn đang định trả đũa thằng Mặt Mụn, thấy cử chỉ kỳ cục của nó, bạn sực nhớ ra chiếc áo dài bạn đang mặc. Thế là mặt bạn tự nhiên nóng bừng và lập tức bạn ngoảnh mặt ngó lơ chỗ khác.

May mà lúc đó ngôi trường của bạn đã hiện ra bên đường. Thằng Mặt Mụn giơ tay:

- Tạm biệt nhé!

Bạn hất mặt:

- Không hẹn ngày gặp lại đâu!

Thằng Mặt Mụn năm nay học khác trường với bạn. Nó học bên trường Mèo Con, còn bạn vào Ngôi Trường Mọi Khi. Trường Mèo Con xa hơn, nhưng lúc đến trường, bạn và thằng Mặt Mụn vẫn đi chung một đường.

Tất cả nữ sinh Ngôi Trường Mọi Khi đều mặc áo

dài trắng, vì vậy bạn không cảm thấy ngượng nghịu lắm. Giống như nhau nên chẳng ai để ý đến ai mà.

À không, cho đến giờ chơi thì có một người chú ý đến sự lúng túng của bạn. Đó là chị Mắt Nai. Chị Mắt Nai có đôi mắt rất to, rất đẹp. Chị lại luôn tròn xoe mắt nên đôi mắt nom càng to hơn nữa.

Lúc bạn ngồi trên chiếc băng đá dưới tàng cây phượng trong sân trường, không ngừng xoay trở một cách vụng về để chọn thế ngồi dễ thở nhất, chị Mắt Nai thong thả tiến lại ngồi xuống bên cạnh.

Chị liếc bảng tên trên ngực áo của bạn:

- Em mới mặc áo dài lần đầu phải không?

Bạn lí nhí:

- Dạ.

Chị Mắt Nai dịu dàng:

- Năm kia chị cũng giống như em vậy. Những ngày đầu lúc nào cũng cảm thấy gò bó, nóng nực, khổ sở, cứ chờ tan học để chạy lẹ về nhà thay ra. Bây giờ thì quen rồi. Em cũng thế, ít bữa nữa em cũng sẽ quen.

Rồi chị cười:

- Chỉ có mỗi tội vào quán chỉ dám ăn chè, ăn kem. Ăn món nóng thế nào lưng áo cũng đẫm mồ hôi.

Vẻ thân thiện của chị Mắt Nai giúp bạn tự nhiên hơn:

- Chị học lớp mười hai hở?

- Ừ, lớp chị kế lớp em.

Bạn tò mò ngắm nghía người bạn mới:

- Chắc chị học giỏi lắm?

- Sao em nghĩ thế? - Chị Mắt Nai tròn mắt nai.

Bạn cười:

- Em thấy chị có vẻ lanh lắm. Những người lanh lẹ thường là những người thông minh, học giỏi!

Nói xong, bạn hốt hoảng thụp đầu xuống. Vì lúc đó chị Mắt Nai đang thò tay ra "ký" đầu bạn, miệng tủm tỉm:

- Em mới lanh! Em lanh hơn chị gấp mười lần!

3.

Nói chẳng ai để ý đến chiếc áo dài bạn mặc là nói chung toàn trường. Còn nói riêng trong lớp thì hai tên Ria Mép và Bắp Rang, những đứa bạn trai học chung từ hồi lớp chín, chẳng được chút xíu nào vô tư như vậy.

Hôm khai giảng, hai thằng láu cá này đến trường rất sớm, chia nhau đứng hai bên cổng như đội nghi thức đứng gác trước cung điện Buckingham của Hoàng gia Anh quốc, mắt chong ra đường, chờ đón các bạn gái năm ngoái của mình.

Khi bạn leo xuống xe, ôm cặp đi ngang qua cổng, hai tên Ria Mép và Bắp Rang lập tức đứng nghiêm, trịnh trọng hô:

- Tám điểm.

Cái lối nghịch tinh lạ đời của hai tên quỷ con này khiến chân bạn quýnh quíu. Nhưng dù sao thì bạn cũng không thể nín cười:

- Mấy bạn làm trò gì vậy?

Ria Mép nháy mắt:

- Chấm thi hoa hậu áo dài!

Lúc đó, nhỏ Kiếng Cận trờ tới.

Bắp Rang nghiêm mặt:

- Tám điểm luôn!

So với bạn, nhỏ Kiếng Cận bản lĩnh đầy mình. Nó chả thèm mắc cỡ tí ti, ngạo nghễ hất mặt về phía "ban giám khảo":

- Có ai mắt lé không đó? Tự nhiên bớt của bản cô nương đây mất hai điểm!

Bắp Rang cũng không vừa. Nó cau mày:

- Bà này sao ưa khiếu nại quá! Tám điểm là rộng rãi lắm rồi! Nếu còn cãi cọ lằng nhằng, bị trừ điểm phong cách, tụt xuống điểm âm ráng chịu à!

Bắp Rang không nói dóc. Nhỏ Hạt Tiêu đi vào sau, chỉ được thằng Ria Mép cho có sáu điểm.

Nhưng nhỏ Hột Mít mới thê thảm. Nó vừa bước xuống xe, chưa đi tới cổng, Ria Mép đã lật đật quay sang Bắp Rang:

- Sao đây mày?

Bắp Rang gãi gáy:

- Khó quá! Trường hợp này không có trong thang điểm!

Ria Mép quay lại, dán mắt vào "thí sinh" Hột Mít, lẩm bẩm:

- Xét từ trên xuống dưới thì thấy rất kỳ cục, xét từ trước ra sau thì thấy rất kỳ khôi, còn nếu xét từ phải qua trái...

Hột Mít lò dò đi vào, thấy ba cô bạn gái đang đứng lấp ló bên trong cổng bụm miệng cười khúc khích, đằng trước Ria Mép và Bắp Rang đang thò lỏ mắt ngắm nghía nó, miệng mồm lẩm nhẩm, nó hiểu ngay hai tướng đang giở trò gì.

- Đủ quá rồi! - Hột Mít vừa thẹn vừa giận, ngoác miệng gầm lên - Khôn hồn thì xéo ngay, kẻo bà đây xách mỗi nhóc một bên tai lên thì khổ thân các nhóc đấy!

Nhỏ Hột Mít năm ngoái làm lớp trưởng lớp bạn, quản lý lớp bằng "bàn tay sắt", uy danh lừng lẫy khắp trường.

Hai tên tiểu quỷ Ria Mép và Bắp Rang chắc chưa quên những đau khổ do lớp trưởng Hột Mít gây ra cho tụi nó năm ngoái nên con nhỏ này vừa hét lên, hai đứa vội vàng vọt mất.

Hai tên chạy xa lắc xa lơ, bọn con gái mới nghe tiếng Ria Mép văng vẳng vọng lại:

- Năm nay bọn này cóc có bầu bà làm lớp trưởng nữa đâu! Ở đó mà nạt với nộ!

4.

Thực ra, cô gái mà tất cả bạn bè của bạn năm ngoái nôn nao được nhìn thấy nhất không phải là bạn, Kiếng Cận, Hạt Tiêu hay Hột Mít.

Đó chính là nhỏ Tóc Ngắn.

Chính bạn, bạn cũng háo hức chờ đợi sự xuất hiện của Tóc Ngắn biết bao.

Mọi người mong ngóng nhỏ Tóc Ngắn chẳng phải vì muốn coi nó mặc áo dài đẹp hay xấu, mà cái chính là muốn coi con nhỏ này khi mặc áo dài trông nó *ra làm sao!*

Hầu như bạn bè cùng trường năm ngoái chưa hề thấy Tóc Ngắn mặc quần áo con gái bao giờ, mặc dù Tóc Ngắn là con gái một trăm phần trăm. Chính mẹ nó xác nhận với mẹ của bạn như vậy.

Cái chuyện xác nhận giới tính kỳ cục này xảy ra vào dịp sinh nhật của bạn năm lớp sáu. Hôm đó, bạn mời khoảng mười đứa bạn thân nhất đến nhà dự tiệc, có cả Tóc Ngắn. Đó cũng là lần đầu tiên Tóc Ngắn ghé nhà bạn.

Buổi tiệc diễn ra vui vẻ như mọi buổi tiệc sinh nhật khác trên trái đất. Cho nên cũng bình thường như mọi buổi tiệc sinh nhật khác trên cõi đời.

Chỉ có một điểm "không bình thường" là con nhỏ Tóc Ngắn tỏ ra thân mật với bạn quá.

Ba của bạn đứng trên gác lửng nhìn xuống thấy một "thằng nhóc" cứ ngồi ngả qua ngả lại, vuốt tóc bẹo má con gái mình thoải mái, khi hứng lên lại thò tay qua quàng vai bá cổ một cách tự nhiên thì lấy làm thắc mắc lắm. Lo nữa.

Lo nhất là thấy mặc dù "thằng nhóc" kia sỗ sàng đến vậy, con gái mình vẫn tỉnh bơ, cả đám bạn ngồi chung quanh cũng chẳng lấy đó làm chướng mắt, vẫn nói cười vui vẻ, cứ như thể chuyện con trai con gái thân mật nhau là chuyện thường ngày ở lớp.

Ba bạn kín đáo ngoắt mẹ bạn, thì thầm:

- Em xem kìa! Con nít bây giờ nó hiện đại quá em à!

Mẹ bạn nhìn theo tay chỉ của ba bạn, mắt trợn tròn:

- Í, hiện đại kiểu đó đâu có được! Để em la tụi nó một trận!

- Đừng làm tụi nó sợ! - Ba bạn phản đối - Tụi nó

đầu óc còn non nớt, chả có ý thức gì đâu, mình phải từ từ giảng giải cho tụi nó hiểu!

Mẹ bạn đồng tình:

- Được rồi, em sẽ nói chuyện với con mình, còn mẹ thằng nhỏ kia sẽ nói chuyện với con trai của chỉ!

Cuối buổi tiệc, mẹ Tóc Ngắn tới đón con về, ngạc nhiên thấy mẹ bạn lật đật cầm tay lôi ra trước sân, mặt mày nghiêm trọng:

- Tôi có chuyện này muốn nói với chị.

- Có chuyện gì thế? - Mẹ Tóc Ngắn hỏi lại, không giấu vẻ lo âu - Chắc con tôi nó nghịch phá...

- Không, cháu rất ngoan, chẳng có nghịch phá gì đâu! Chỉ có điều...

- Điều gì hở chị?

Chuyện coi vậy mà khó trình bày quá! Mẹ bạn phân vân một lát rồi bắt đầu nói xa xôi:

- Hình như con chị và con tôi chơi rất thân với nhau.

Mẹ Tóc Ngắn thản nhiên:

- Dạ, chuyện này thì tôi biết.

Có cảm giác người đối thoại chưa hiểu ra vấn đề, mẹ bạn dè dặt đi bước thứ hai:

- Tôi thấy tụi nó có vẻ... thân mật quá!

Mẹ Tóc Ngắn vẫn chưa biết mẹ bạn định phiền trách điều gì, tươi tỉnh gật đầu:

- Dạ, thấy tụi nó như vậy, tôi cũng mừng.

Vẻ hớn hở của mẹ Tóc Ngắn khiến mẹ bạn có cảm giác vừa va phải tường. Bà băn khoăn quá, lạ lùng nữa, đành phải tặc lưỡi, cụ thể:

- Nhưng thân mật đến mức quàng vai, bẹo má thì tôi thấy hơi kỳ!

Tới đây thì đôi mắt của mẹ Tóc Ngắn trố lên:

- Có gì đâu mà kỳ hở chị?

Mẹ bạn thở dài:

- Tất nhiên là tụi nó còn nhỏ, không ý thức được các hành vi của mình, nhưng tôi với chị là người lớn, nên tìm cách giảng giải, uốn nắn cho tụi nó...

- Uốn nắn... uốn nắn... cái gì ạ? - Mẹ Tóc Ngắn bối rối hỏi lại, nhìn ánh mắt biết là đã hoang mang lắm.

Mẹ bạn nhìn người đối diện, ngạc nhiên nhủ bụng: Sao bà chị này vô tâm thế nhỉ?

- Thế chị cho là con trai con gái nựng nịu nhau như vậy là chuyện tự nhiên hay sao?

Càng lúc mẹ Tóc Ngắn càng có cảm tưởng mình đang đi trong sương mù:

- Dạ, con... con trai con gái nào ạ?

- Chị vẫn chưa hiểu rõ ý của tôi sao? - Mẹ bạn chớp chớp mắt - Con gái của tôi và con trai của chị, lẽ ra chúng...

Lần này thì mẹ bạn không có dịp bộc lộ hết ý nghĩ của mình.

- Ai bảo chị con tôi là con trai? - Mẹ Tóc Ngắn đột nhiên phì cười, màn sương mù trước mắt tan biến đâu mất - Nó là con gái mà!

- Ủa, chị nói gì? Thằng con chị là con gái?

Dứt khoát là mẹ bạn không tin vào tai mình. Nếu không, mẹ bạn đã chẳng sửng sốt đến thế.

- Con gái một trăm phần trăm!

Mẹ Tóc Ngắn khẳng định với giọng của một chuyên viên giám định y khoa. Bà vừa nói vừa cười thích thú.

Mẹ bạn chưng hửng, ngẩn ngơ, sau đó tất nhiên cũng cười. Nhưng cười chỉ có năm mươi phần trăm hà. Cười như vậy, người ta gọi là dở cười dở mếu.

5.

Sau lần đó, thỉnh thoảng mẹ bạn lại trêu Tóc Ngắn:

- A, con bé này giống con trai quá ta!

Nhỏ Tóc Ngắn chả coi lời trêu đó ra ký lô nào. Nó ngồi cười khì khì. Nó đã nghe người ta trêu nó như vậy hằng trăm lần rồi mà.

Mẹ bạn tinh nghịch sửa lại:

- A, thằng nhóc này giống con gái quá ta!

Lần này thì Tóc Ngắn đỏ mặt. Tại nó chưa nghe ai trêu mình giống như vậy.

Thật ra, không phải tự nhiên mọi người đều xúm vào ghẹo nó. Ở đời không có cái gì là tự nhiên cả.

Này nhé, nhỏ Tóc Ngắn chúa ghét các trò chơi dành cho bọn con gái! Nó không bao giờ thèm để mắt đến các trò đánh đũa, nhảy dây hay chơi ô ăn quan. Nó chỉ khoái chạy nhảy, vật lộn, đá cầu, đá bóng (mà phải đá trong đội bóng con trai cơ, đội nữ thì nó cóc thèm!).

Nhỏ Tóc Ngắn lẽ dĩ nhiên chưa bao giờ biết tóc dài là gì. Điều đó khỏi phải bàn. Nhưng đặc biệt là nó cũng chưa bao giờ tròng vào người một bộ quần áo con gái nào. Cứ quần soọc áo thun, quần gin áo pull diện quanh năm suốt tháng. Đến trường thì xỏ áo sơ mi, quần tây dài. Đồng phục nữ sinh cấp hai có cả váy xanh, nhưng nó bỏ mốc meo trong tủ, chỉ xỏ mỗi quần tây. Có hôm cao hứng nó ngông nghênh mặc quần gin đi học, bị bảo vệ cổng bắt về nhà đổi lại mới cho vào lớp.

Thời gian đầu, ba mẹ Tóc Ngắn thấy vậy cũng khoai khoái. Mà so với bọn con gái, nó trông cũng ngồ ngộ thật. Nhưng khi Tóc Ngắn lên tới lớp chín thì ba mẹ nó bắt đầu bớt khoái, bắt đầu thấy lo lo. Rằng chẳng biết đến chừng nào nó mới ra hình thù của một thiếu nữ. Con gái người ta tới tuổi này, đứa nào nom cũng yểu điệu, hiền thục, thùy mị, con mình sao càng ngày nó càng giống một "đấng trượng phu nam tử hán" quá đi!

Mẹ nó lôi đủ thứ đầm, váy, áo dài về nhà, treo lủng lẳng trong tủ, nhử nó mặc. Nhưng nó chẳng buồn ngó ngàng gì tới.

Mẹ nó phải cất giọng dỗ dành:

- Mặc chiếc áo này đi con! Con mặc trông hợp lắm đấy!

Dụ ngày đầu tiên, nó mỉm cười thông cảm.

Dụ ngày thứ hai, nó hờ hững ngó đi chỗ khác.

Dụ ngày thứ ba, mớ y trang phụ nữ trong tủ biến mất.

Tóc Ngắn len lén đem hết sang nhà bà dì, cho con em bạn dì của nó khiến con nhỏ này suýt chút nữa phải đưa đi cấp cứu vì xúc động quá mức.

Mặc đồ con trai, để tóc kiểu con trai, chơi trò chơi con trai, tất nhiên Tóc Ngắn cũng đi đứng theo kiểu con trai. Nó dận giày Adidas, hai chân đi khuỳnh khuỳnh, hệt như Myke Tyson sắp thượng đài Las Vegas.

Tiểu sử con nhỏ Tóc Ngắn hấp dẫn, ly kỳ như vậy nên bất kỳ ai quen biết nó, kể cả thầy cô, bạn bè cho tới bà hàng xóm cũng đều mong nó chóng lên lớp mười, vận chiếc áo dài nữ sinh coi *ra làm sao*.

Đó là lý do tại sao buổi sáng hôm khai trường, tụi bạn nó bụng dạ đứa nào cũng nôn nao chờ nó "giáng lâm".

Nhưng mọi người ngóng đến trẹo cả cổ vẫn chẳng thấy Tóc Ngắn mò tới.

Bạn lo lắng:

- Hay bữa nay nó ốm?

Bắp Rang nhún vai:

- Không thể nào! Nó là người khỏe nhất hành tinh. Cả thành phố này ai cũng có thể ốm, trừ nó.

Nhỏ Hột Mít cười khẩy:

- Nó không đến vì sợ mấy bạn chấm điểm đó!

Ria Mép đột nhiên buồn bã:

- Tôi nghi nhỏ Tóc Ngắn đã đến nhưng bảo vệ cổng không cho vào.

- Làm gì có chuyện đó! - Nhỏ Hạt Tiêu thật thà cãi.

- Có đấy! - Ria Mép vẫn giữ vẻ mặt dàu dàu - Bác bảo vệ chắc chắn sẽ nổi giận "Này, thằng kia, bộ mày điên hử? Sao lại mặc đồ con gái đi học? Có về nhà thay ra ngay đi không!".

Câu pha trò của Ria Mép khiến tụi bạn cười khúc khích.

Bạn vừa cười vừa ngoảnh cổ ra cổng, phấp phỏng chờ đợi. Bây giờ thì bạn chờ đợi không phải vì tò mò, mà vì lo lắng. Ai chứ con nhỏ Tóc Ngắn nó thừa biết tụi bạn cùng lớp năm ngoái đang sốt ruột chờ nó tới như thế nào. Bạn sợ Tóc Ngắn ngượng quá sẽ dông luôn. Hoặc nó sẽ bỏ học, hoặc nó sẽ làm đơn xin chuyển sang trường khác, nơi không có cặp mắt quen thuộc nào rình rập săm soi nó.

Cho tới khi chuông reo vào lớp, cả bọn chạy lại lục tục xếp hàng mà nhỏ Tóc Ngắn vẫn biệt tăm thì nỗi lo trong lòng bạn càng lớn dần.

Bạn khều vai nhỏ Kiếng Cận, thấp thỏm hỏi:

- Nè, có bao giờ Tóc Ngắn bỏ học luôn không?

Nhỏ Kiếng Cận chưa kịp đáp thì Bắp Rang thình lình reo lên:

- Ê, Tóc Ngắn kìa!

Cả bọn giật mình ngoảnh phắt lại, nhìn theo tay chỉ của Bắp Rang.

Quả thật, đằng sau gốc cây gần đó, một tà áo dài trắng đang lấp ló.

- Phải Tóc Ngắn không? - Hạt Tiêu bán tín bán nghi.

- Tóc Ngắn đó! - Bắp Rang gật đầu - Khi nãy nó ló đầu ra, thấy tôi, nó liền thụt vào!

- Tội nghiệp nó! - Bạn chép miệng - Chắc nó nấp đằng đó từ sớm đến giờ!

Ria Mép hất đầu về phía bạn:

- Tóc Bím lại dìu nó vô đây đi! Coi chừng nó xỉu!

Khi bạn lôi Tóc Ngắn ra khỏi gốc cây và "áp giải" nó lại chỗ tụi bạn đang xếp hàng, nó cứ cúi gằm đầu xuống đất. Trông nó lúc này chẳng khác nào một cô dâu bẽn lẽn, chẳng còn vẻ chi là thằng nhóc ngày nào.

Một điều lạ nữa là Tóc Ngắn mặc áo dài trông đẹp một cách bất ngờ.

Ria Mép nhấp nhổm chờ Tóc Ngắn lại gần để mở miệng trêu chọc. Nhưng đến khi đứng đối diện với Tóc Ngắn, nó thở phì một cái và ngửa mặt lên trời than:

- Trời ơi, "thằng nhóc" này mặc áo dài đẹp trên cả tuyệt vời! Chắc không phải nó xỉu, mà tôi xỉu!

Bắp Rang rầu rĩ:

- Tôi cho bà này mười hai điểm. Chấp nhận bù lỗ hai điểm!

Không chỉ hai tên con trai, tụi bạn gái cũng xúm vào trầm trồ, mỗi đứa khen ngợi một câu khiến nhỏ Tóc Ngắn sướng rơn. Gần mười sáu tuổi, lần đầu tiên nó mới biết thế nào là ngọt ngào con gái!

6.

Nhưng Tóc Ngắn chỉ khoai khoái có một chút xíu thôi. Rồi thì nó lại khó chịu như cũ. Gì chứ áo dài là nó ghét cay ghét đắng. Thà mặc váy còn thấy thoải mái hơn. Còn đã tròng áo dài vào người, chẳng những vướng víu nực nội mà còn không "đi lại trên giang hồ" được. Không đá cầu, không đá bóng, không rượt bắt, không vật lộn, không trèo cây hay leo lên mái nhà được. Nói tóm lại là từ bỏ tất tần tật mọi thú vui của cuộc đời. Chui vào chiếc áo dài chẳng khác nào chui vào một nhà tù, từ nay cách ly với toàn thế giới, chán ơi là chán!

Đã vậy, còn bao nhiêu người xoi mói, chọc ghẹo. Đám bạn cũ khen nó nức nở, nhưng trên trái đất này còn bao nhiêu là người. Những người khác biết họ có nhìn nó bằng con mắt như vậy không?

Tóc Ngắn thấp thỏm lắm.

Vì vậy mà sau khi kéo nhau vào lớp chép thời khóa biểu, bầu ban cán sự lớp và nghe cô chủ nhiệm dặn dò đâu vào đó xong, tụi bạn rủ nhau về trường cũ lấy sổ Đoàn, ngoảnh đi ngoảnh lại chẳng ai thấy Tóc Ngắn đâu.

- Tóc Ngắn biến rồi! - Hạt Tiêu kêu lên.

Bắp Rang ngó quanh:

- Mới thấy nó đây mà.

Trong bọn, bạn chơi thân với Kiếng Cận và Tóc Ngắn nhất. Chẳng khó khăn gì để bạn đoán ra sự mất tích đột ngột của Tóc Ngắn:

- Nó sợ đó.

- Sợ ai? - Ria Mép trợn mắt - Con nhỏ đó chỉ sợ trời thôi!

Bạn tủm tỉm:

- Nó sợ thầy Bàng.

Thầy Bàng dạy thể dục lớp bạn năm ngoái. Trong lũ học trò lớp chín, thầy khoái nhỏ Tóc Ngắn nhất. Ngược lại, trong các thầy cô dạy lớp chín, nhỏ Tóc Ngắn khoái thầy Bàng nhất. Hai thầy trò "hợp rơ" nhau đến mức hễ rảnh rỗi là cả hai kéo nhau ra sân chơi đá cầu, đá bóng say sưa.

Mỗi khi trái cầu văng lên ngọn cây hay lên nóc căng-tin, bao giờ nhỏ Tóc Ngắn cũng nhảy tưng tưng, giành:

- Để em leo lên cho thầy!

Thầy Bàng nhìn cô học trò leo trèo nhanh như sóc, khoái chí cười khà khà.

Chơi đá bóng, hai thầy trò còn "ăn rơ" hơn nữa. Bao giờ Tóc Ngắn cũng bắt gôn. Bao giờ thầy Bàng cũng đá vai hậu vệ. Ý là thầy muốn bảo vệ cho khung thành của cô học trò cưng đó mà.

Và do vậy, bao giờ tụi bạn cũng nghe tiếng nhỏ Tóc Ngắn la oai oái:

- Nhích qua một bên đi thầy! Thầy cứ đứng chàng ràng trước mặt, làm sao em bắt bóng!

Có khi Tóc Ngắn còn xúi bậy:

- Thầy ơi, đốn giò thằng kia đi thầy!

Nhưng tệ nhất là lúc nó để lọt lưới quá nhiều. Lúc đó, thế nào nó cũng đổ quạu:

- Trời ơi, sao thầy lại để thằng kia xỏ bóng lọt qua háng? Mắt thầy để ở đâu vậy?

Khi mất bình tĩnh, con người ta thường quên mất phép tắc. Nhỏ Tóc Ngắn cũng vậy, bị thua tối mày tối mặt, nó quên mất nó là trò, còn hậu vệ vừa vụng về để bóng lọt qua giữa hai chân kia là thầy nó. Nó nói với thầy nó như vậy là hỗn hào lắm. Nhưng thầy Bàng có bao giờ lại chấp nhất cô học trò ruột của mình. Nghe nó nói hỗn, thầy cười hề hề:

- Thì mắt thầy vẫn để nguyên trên mũi đây chứ đâu!

Tụi bạn đứng ngoài nghe hai thầy trò đối đáp, ôm bụng cười bò. Còn ban giám hiệu thì kêu thầy Bàng lên, phê bình thầy chơi với học trò kiểu gì mà giống “cá mè một lứa” quá!

Nhưng thầy Bàng vẫn chứng nào tật nấy. Tại vì thầy khoái nhỏ Tóc Ngắn. Thầy dạy thể dục, thấy con nhỏ này hiếu động, lí lắc, hồn nhiên, tóm lại là rất hợp với môn dạy của thầy, thế là thầy mê tít nó.

Và cũng như tất cả những ai quen biết nhỏ Tóc Ngắn, khi cây phượng trong sân trường bắt đầu trổ hoa, thầy Bàng nhìn cô học trò cưng, thở dài:

- Sang năm em mặc áo dài chẳng biết ra cái giống chi!

Thầy hạ giọng, tâm sự:

- Thầy vẫn muốn nhìn thấy em như bây giờ hơn, Tóc Ngắn à!

Khi nghe thầy Bàng nói vậy, nhỏ Tóc Ngắn bỗng rơm rớm nước mắt. Thầy làm nó cảm động quá. Suy ra trên đời không có ai hiểu nó bằng thầy. Nó chơi thân với thầy quả không uổng công! Ngay sau đó, nó hí hửng chạy đi khoe với bạn, với Kiếng Cận, với Hạt Tiêu như vậy.

Cho nên bây giờ nghe bạn nhắc đến thầy Bàng, lũ bạn lập tức ồ lên.

- Phải rồi! - Nhỏ Kiếng Cận toét miệng cười - Thầy Bàng không thích nó mặc áo dài.

Hạt Tiêu chép miệng:

- Như vậy là nó không về trường cũ rồi.

- Con nhỏ này khờ quá, mắc chi không về trường! - Ria Mép nhún vai - Thầy nói kệ thầy chứ! Tại thầy chưa nhìn thấy nó mặc áo dài đó thôi!

Nhưng cả bọn đã lầm. Khi mọi người đạp xe về tới trường cũ đã thấy Tóc Ngắn đứng đợi sẵn trước cổng trường. Chỉ có điều chiếc áo dài trắng trên người nó biến đâu mất, thay vào đó là bộ đồ quen thuộc: áo sơ mi, quần tây dài.

Chờ lũ bạn đến gần, Tóc Ngắn nhe răng cười:

- Lâu thế? Mình chạy về nhà thay đồ rồi chạy lên mà vẫn chưa thấy bạn nào!

Nhìn bộ mặt đắc ý của Tóc Ngắn, Bắp Rang lắc đầu:

- Tôi đã cho bạn tới mười hai điểm, mà bạn vẫn không tin vào "nhan sắc" của mình sao?

- Không tin!

Nhỏ Tóc Ngắn khẳng khái đáp. Và nó quay lưng, khuỳnh khuỳnh chân bước vào cổng. Lại trông giống hệt một "trang nam tử hán"!

Thầy cô cũ thấy nữ sinh nào về trường cũng mặc áo dài, riêng nhân vật được chờ đợi nhiều nhất là Tóc Ngắn thì vẫn đánh bộ đồ tây, lấy làm ngạc nhiên lắm.

Người thứ nhất hỏi:

- Sao em không mặc áo dài cho mọi người xem một tí hở Tóc Ngắn?

Nó cười hí hí:

- Thưa, em không muốn làm các thầy cô thất vọng về em ạ.

Người thứ hai hỏi:

- Hôm nay làm lễ khai giảng mà em không mặc áo dài sao?

Nó cười hì hì:

- Thưa, ban giám hiệu bên đó miễn cho em rồi ạ. Tất cả các nữ sinh đều mặc áo dài, trừ em. Ấy là vì ban giám hiệu muốn bảo vệ uy tín của nhà trường đó ạ.

Thầy Bàng hỏi:

- Áo dài của em đâu, Tóc Ngắn?

Nó cười hi hi:

- Em đốt rồi, thưa thầy!

7.

Ngược lại với Tóc Ngắn, bạn rất thích mặc áo dài. Bạn rất chăm chút cho nó.

Thấy bạn ngâm áo dài và chiếc quần trắng vào thau, mẹ bạn ngạc nhiên:

- Sao con không cho vào máy giặt hở con?

- Máy giặt giặt không sạch mẹ à. Nhất là tà áo và chỗ lai quần.

Mẹ bạn tròn mắt:

- Thế con tự giặt tay à?

- Con tự giặt.

Bạn thản nhiên đáp, như thể trước nay bạn đã làm điều đó cả ngàn lần rồi.

Khi nghe bạn đáp như vậy, mẹ bạn chắc chắn phải tựa lưng vào tường. Để cho khỏi ngã ấy mà.

Bạn nên thông cảm cho mẹ bạn, bởi chuyện bạn tự

tay giặt quần áo nghe cũng hoang đường như chuyện vua Salomon tự thổi cơm ăn.

Từ xưa đến nay, bạn ít mó tay vào việc nhà. Bạn không rớ tới chiếc bàn chải và thùng bột giặt đã đành, ngay cả chiếc chổi quét nhà hình như bạn cũng không biết nó nằm ở đâu.

Thậm chí sáng ra, bạn leo xuống khỏi giường, đánh răng rửa mặt, ăn điểm tâm rồi ôm cặp đi học, mền gối trên giường vẫn còn một đống.

Mẹ bạn nói:

- Con mình hư quá!

Ba bạn nói:

- Thôi, để cho con nó học!

Vì vậy bữa nay thấy bạn đột nhiên quyết định tự ngâm quần áo vô thau, tự pha bột giặt, tự chà bàn chải, mẹ bạn bỗng thấy đầu mình ong ong u u.

- Có gì đâu mà mẹ nhìn con dữ vậy! - Bạn ngước lên nhìn mẹ, bẽn lẽn nói.

- Con làm mẹ ngạc nhiên quá!

Bạn cười, tiết lộ:

- Hồi trưa con quét nhà đó.

- Tự con quét?

- Tự con quét.

- Không ai sai biểu?

- Không ai sai biểu.

Mẹ bạn nhíu mày:

- Bàn ghế cũng do con lau phải không?

- Con lau.

- Ly tách bữa nay cũng do con rửa?

- Con rửa.

Mẹ bạn rùng mình:

- Con định làm cô Tấm trong nhà ta chăng?

Bạn lại cười:

- Con lớn rồi mà mẹ!

Mẹ bạn nhìn sững bạn. Bạn thấy mắt mẹ long lanh. Rồi bạn nghe mẹ thở một hơi dài:

- Ừ, con gái mẹ lớn thật rồi!

Bạn lớn thật rồi mà, nếu không thì tại sao hôm khai trường cô chủ nhiệm không đợi bầu bán, đã chỉ định bạn làm lớp phó trật tự.

Bạn lớn thật rồi mà, nếu không mỗi sáng trước khi bắt đầu tiết học thứ nhất, bạn đâu có đứng lên khỏi chỗ ngồi lướt mắt khắp các dãy bàn để điểm danh các bạn.

Bạn lớn thật rồi mà, nếu không năm nay bạn đâu có khổ sở với những vấn đề có tầm cỡ nhân loại như "vật chất quyết định ý thức" hay "ý thức quyết định vật chất" trong môn giáo dục công dân nhức đầu chết được kia!

8.

Bạn lớn.

Các bạn của bạn cũng lớn.

Ria Mép lớn. Bắp Rang lớn. Kiếng Cận lớn. Tóc Ngắn lớn. Hạt Tiêu lớn. Hột Mít dĩ nhiên là lớn.

Ai cũng lớn. Thế mới sinh ra chuyện bạn và nhỏ Kiếng Cận giận nhau.

Từ năm đầu cấp hai, bạn và Kiếng Cận đã chơi thân với nhau. Cả hai lúc nào cũng cặp kè như hình với bóng.

Ngay ngày đầu tiên vào lớp sáu, vừa nhìn thấy nhau, bạn và nhỏ Kiếng Cận không hẹn mà cùng toét miệng ra cười. Vì hai đứa giống nhau quá. Giống như hai chị em sinh đôi.

Đã thế, bạn mang kiếng cận, nhỏ Kiếng Cận cũng mang kiếng cận. Bạn thắt tóc bím, nhỏ Kiếng Cận cũng thắt tóc bím. Bạn cột nơ xanh, nhỏ Kiếng Cận cũng cột nơ xanh. Tự nhiên mà trùng hợp.

Thế mới xảy ra chuyện mẹ bạn đi đón bạn, thấy nhỏ Kiếng Cận từ xa liền ngoắt lia:

- Lẹ lên con ơi!

Ba Kiếng Cận đi rước con, thấy bạn ôm cặp từ trong lớp lững thững bước ra, mừng rỡ gọi lớn:

- Lên xe đi con!

Hai ông bố và hai bà mẹ nhầm con có đến nửa năm trời. Qua học kỳ hai, lúc nhỏ Kiếng Cận thường xuyên đến chơi nhà bạn và bạn thường xuyên đến chơi nhà Kiếng Cận, sự nhầm lẫn mới thực sự chấm dứt.

Về "sự tích" này, Bắp Rang kể lại có hơi khác. Nó đi khắp nơi, tuyên truyền: "Mẹ Kiếng Cận rước nhỏ Tóc Bím về tận nhà. Tới giờ cơm, dọn đĩa thịt bò xào thơm phức, nhỏ Tóc Bím không gắp một đũa. Mẹ Kiếng Cận lo lắng "Con ốm hở con? Mọi lần con vẫn thích thịt bò xào lắm mà!". Nhỏ Tóc Bím thỏ thẻ "Đâu có! Xưa nay con chỉ thích thịt chuột cơ!". Chính nhờ sự khác nhau về "khẩu vị" đó mà mẹ Kiếng Cận mới biết con nhỏ ngồi trước mặt mình là con của người ta. Trong khi đó, không hiểu sao kể từ hôm ở nhà Tóc Bím trở về, ngày nào nhỏ Kiếng Cận cũng bắt mẹ nó bẫy chuột nướng lên ăn chơi".

Câu chuyện phịa của thằng Bắp Rang tất nhiên

chẳng ai tin, nhưng chuyện nhầm lẫn nhỏ Kiếng Cận qua bạn và ngược lại thì nhiều người vấp phải.

Có một lần, bạn đi ngang qua lớp bên cạnh, bị mấy đứa con trai trêu chọc. Sẵn quả banh đánh đũa trên tay, bạn ném vù một cái, trúng ngay trán thằng to mồm nhất. Thấy trán đối phương u lên một cục, bạn hoảng quá, chui vô nhà vệ sinh trốn biệt.

Lát sau, nhỏ Kiếng Cận đang ngồi ôn bài trong lớp, thấy nguyên một đám con trai lớp bên cạnh hầm hầm kéo qua.

Nó chưa kịp hiểu ra chuyện gì, đã thấy bốn năm đứa chỉ tay vô người nó:

- Chính con nhỏ này nè!

- Đúng rồi! Nó đó!

Thằng nhãi nạn nhân chìa quả banh nỉ ra, gầm lên:

- Sao khi nãy bạn lấy cái này ném u đầu tôi? Trả lại công bằng đi chứ!

Cả đám ập vô, định hành hung nhỏ Kiếng Cận. May mà lúc đó Mặt Mụn, Ria Mép và Bắp Rang kịp xông vô giải vây, lại thêm cô giáo xuống tới, nếu không nhỏ Kiếng Cận đã khổ sở với mấy thằng nhãi kia rồi.

Bạn vô lớp, thấy nhỏ Kiếng Cận ngồi khóc tấm tức thì ngạc nhiên lắm:

- Có chuyện gì vậy, Kiếng Cận?

Nhỏ Kiếng Cận ngước đôi mắt đỏ hoe:

- Mấy thằng vô duyên ở lớp kế bên tự nhiên chạy sang gây sự với mình, bảo mình ném u đầu tụi nó! Mà từ sáng tới giờ mình có bước sang bên đó đâu!

Bạn thót bụng lại:

- Thế tụi nó đã làm gì bạn?

- Lúc đó cô giáo xuống tới, tụi nó bỏ chạy mất! - Nhỏ Kiếng Cận sụt sịt đáp.

- Đừng khóc nữa! - Bạn đặt tay lên vai Kiếng Cận, thì thầm - Mình ném tụi nó đó!

- Bạn?

Cặp mắt Kiếng Cận tròn xoe. Rồi như chợt hiểu ra, đang thút thít, nó bỗng phì cười:

- Thảo nào!

Kiếng Cận chớp mắt:

- Thế nãy giờ bạn ở đâu?

- Mình trốn trong toilét.

Kiếng Cận đột ngột thò tay véo bạn một cái rõ đau:

- Cố tình hại bạn hở?

Sau sự kiện đó, bạn và Kiếng Cận càng thân nhau hơn. Thân ghê lắm.

Thế mà mới lên lớp mười chừng một tháng, hai đứa lại giận nhau.

9.

Đầu đuôi là do thằng Bảnh Trai.

Năm ngoái, Bảnh Trai không học cùng trường với bạn. Nó học bên trường Nhà Dài.

Năm nay vào lớp mười Ngôi Trường Mọi Khi, Bảnh Trai được xếp ngồi cạnh nhỏ Kiếng Cận. Thế là Kiếng Cận tự dưng đâm ra thân thiết với thằng này.

Thằng Bảnh Trai tất nhiên rất bảnh trai. Nhưng nếu chỉ có vậy thì nhỏ Kiếng Cận chẳng thèm quan tâm. Ngoài bề ngoài cao ráo, sáng sủa ra, Bảnh Trai còn học rất giỏi. Bảnh Trai giỏi đều các môn và luôn sẵn sàng giúp đỡ bạn bè mỗi khi có ai gặp chỗ bí.

Bảnh Trai lại hát hay, vẽ đẹp và đá bóng không chê vào đâu được.

Trong trận đấu giao hữu đầu năm giữa đội lớp mười và đội lớp mười một, Bảnh Trai đã khiến các cổ động viên nữ lé mắt trước những pha trình diễn ngoạn mục của mình. Đến mức ngay sau đó, có tới ba đứa con gái lớp mười một tự xưng là Tam Cô Nương gửi thư đòi làm quen với nó.

Bảnh Trai khoái chí, đem lá thư khoe với Kiếng Cận. Kiếng Cận đọc thư, càng ngưỡng mộ người bạn mới của mình.

Hôm đó, lần đầu tiên sau bốn năm quen biết, Kiếng Cận không đi ra cổng cùng với bạn.

Bạn đứng đợi Kiếng Cận ở đầu hành lang bên trái theo thói quen, chờ hoài, chờ hoài vẫn chẳng thấy nhỏ bạn thân thiết của mình đâu.

Tưởng Kiếng Cận còn ở trong lớp, bạn quay vào tìm, chỉ thấy Hột Mít:

- Bạn thấy Kiếng Cận đâu không?

- Kiếng Cận về lâu rồi.

- Sao mình không thấy?

Hột Mít nháy mắt:

- Nó đi ngõ khác. Nó đi với thằng Bảnh Trai.

Ngày hôm sau cũng lặp lại y như ngày hôm trước.

Ngày hôm sau nữa cũng vậy.

Ngày tiếp theo, bạn chẳng buồn chờ đợi Kiếng Cận một cách vô vọng nữa. Chuông tan học vừa vang lên, bạn lầm lũi ôm cặp đi ra một mình.

Lâu lắm, bạn mới đi một mình.

Lâu lắm, bạn mới bước ra khỏi lớp mà không có tiếng trò chuyện ríu rít của nhỏ Kiếng Cận bên tai.

Và cũng vì thế, lâu lắm bạn mới bắt gặp lại những giọt nước mắt nóng hôi hổi lặng lẽ lăn trên má mình.

Bây giờ vào lớp, bạn không nói chuyện với Kiếng Cận nữa. Cũng không cả nhìn về phía nhỏ. Bạn đang giận đó mà.

Tất nhiên, bạn giận kiểu đó, ai mà chẳng biết.

Có một hôm, lúc ra về bạn ngạc nhiên khi thấy Kiếng Cận đứng đợi bạn ngay đầu hành lang quen thuộc.

Tim đập rộn, nhưng bạn vẫn lạnh lùng đi lướt qua.

- Tóc Bím! - Nhỏ Kiếng Cận đuổi theo, gọi khẽ.

Bạn đứng lại.

Kiếng Cận kéo tay bạn:

- Tóc Bím giận mình hở?

Bạn mím môi lại, nước mắt chực ứa ra.

- Đừng giận mình nữa! - Nhỏ Kiếng Cận thì thầm.

Bạn mở miệng một cách khó khăn:

- Sao bạn không thích chơi với mình nữa?

Nhỏ Kiếng Cận mỉm cười:

- Mình vẫn thích chơi với Tóc Bím. Tóc Bím vẫn là bạn thân nhất của mình.

- Mình không tin! - Bạn sụt sịt - Bạn thích đi chung với Bảnh Trai hơn.

Lần này thì Kiếng Cận im lặng.

Bạn ngước đôi mắt hoe hoe đỏ nhìn thẳng vào mặt nhỏ bạn thân thiết:

- Đúng không?

Nhỏ Kiếng Cận ngó lơ chỗ khác, thở dài:

- Mình cũng không hiểu sao nữa!

Nhỏ Kiếng Cận làm sao hiểu được. Vì nó không biết rằng năm nay nó đã lớn hơn năm ngoái biết bao nhiêu.

10.

Khác với nhỏ Kiếng Cận, các bạn trai trong lớp, bạn chỉ thân với Ria Mép và Bắp Rang. Thân đến nỗi hai tên tiểu quỷ này ngay từ đầu năm đã bị bạn và nhỏ Kiếng Cận hành mệt xỉu.

Chương trình lớp mười cũng bao gồm các môn học tửa tựa như chương trình lớp chín nhưng không hiểu sao năm nay chiếc cặp của đứa nào đứa nấy đều nặng quá đỗi. Chiếc cặp nào cũng căng phồng, chẳng cái lưng nào đủ sức đeo. Bọn con trai dù sao cũng còn đỡ, chứ đám con gái ngày nào đến trường cũng khệ nệ khuân chiếc cặp trên tay như khuân một bao gạo, trông đến thảm.

Lớp của bạn nằm trên lầu một, nên bạn và tụi Kiếng Cận, Hạt Tiêu, Tóc Ngắn, Hột Mít (à quên, trừ Hột Mít) trông càng tội nghiệp hơn.

Ngày thứ ba đi học, lúc bước tới chân cầu thang

dẫn lên lầu, bạn và nhỏ Kiếng Cận ôm cặp đứng tựa lưng vào tường nghỉ mệt để lấy sức trèo lên.

Đang hổn ha hổn hển, thấy Ria Mép và Bắp Rang lò dò đi tới, cặp mắt nhỏ Kiếng Cận lập tức sáng trưng:

- Bắp Rang!

- Gì thế?

Kiếng Cận cười duyên:

- Bạn có biết tinh thần nghĩa hiệp nghĩa là gì không vậy?

Bắp Rang là một đứa thông minh thuộc loại siêu, dù học hành thuộc loại bết. (Đó cũng là một điều kỳ quái mà cho đến nay bạn vẫn chưa cắt nghĩa được!). Nghe Kiếng Cận bóng gió, nó đảo mắt một vòng, thở hắt một cái và chìa tay ra:

- Đưa đây!

Ở bên cạnh, Ria Mép cũng vội vã khom người xuống, buồn bã:

- Quý nương hãy chất hành lý lên lưng con ngựa già này đi!

Mặt tươi hơn hớn, Kiếng Cận vội vã trao chiếc cặp nặng ì cho Bắp Rang. Còn chiếc cặp của bạn ngay sau đó tất nhiên cũng chễm chệ trên lưng Ria Mép.

- Giúp giùm tụi này đi! - Bạn tủm tỉm - Khi nào đến sinh nhật bạn, tụi này sẽ hùn tiền mua tặng bạn một hộp dao cạo râu!

Ấy là tại vì Ria Mép mới có mười lăm tuổi mấy mà hàng ria của nó không hiểu sao đã xanh ngắt, rậm rì, xem ra còn oai phong gấp mấy lần hàng ria của ba nó.

Tất nhiên Bắp Rang và Ria Mép chỉ mang giùm cặp cho bạn và Kiếng Cận lên tới đầu cầu thang thôi. Lên tới đó, liền thở phào trao lại. Mặt mày hai chàng hiệp sĩ lúc này trông hí hửng lắm. Vì hai chàng đinh ninh đã thoát nạn đó mà.

Nào ngờ đến lúc ra về, đang lơn tơn đi tới chỗ cầu thang, chợt thấy bạn và Kiếng Cận đang dựa tường đứng đợi, tư thế trông giống hệt ban sáng, Ria Mép và Bắp Rang bất giác đưa mắt nhìn nhau.

- Sao đây mày? - Ria Mép hỏi - Hay quanh lại đi xuống cầu thang kia?

- Muộn rồi!

Bắp Rang nhắm mắt thở đánh thượt. Rồi hắng giọng một tiếng để lấy can đảm, nó hùng dũng đi tới.

Kiếng Cận cười mím chi:

- Làm gì mặt mày bí xị vậy! Làm ơn thì làm ơn cho trót chứ!

- Đúng vậy! - Bắp Rang đón lấy chiếc cặp trên tay Kiếng Cận, miệng méo xệch - Lỡ làm ơn thì phải làm ơn cho trót!

Đang nói, Bắp Rang bỗng giật bắn:

- Ối trời ơi, làm ơn cho trót tức là...

Kiếng Cận vui vẻ:

- Bạn đoán đúng rồi đó! Cho đến chừng nào tụi mình còn học chung với nhau, mình nghĩ bạn và Ria Mép nên chứng minh cho tụi này thấy hai bạn luôn luôn là những người bạn tốt!

Ria Mép ngửa mặt lên trời:

- Lớp mười, lớp mười một, lớp mười hai, vị chi là ba năm trời làm "phu khuân vác", Chúa ơi!

11.

Từ hôm đó, khi vô lớp, Ria Mép và Bắp Rang xách cặp giùm bạn và Kiếng Cận lên lầu. Khi ra về, Ria Mép và Bắp Rang xách cặp giùm bạn và Kiếng Cận xuống đất.

Thoạt đầu, lũ bạn cùng lớp thấy chuyện đó sao mà chướng mắt quá. Nhất là tụi con gái. Chắc chắn là tụi nó nghĩ "Hai cô nương đây con cái nhà ai mà lười biếng ghê!".

Nhưng sau một tuần lễ tự mình tha chiếc cặp to đùng leo lên leo xuống mỗi ngày, đám con gái thấy oải quá, liền nghĩ lại, bỗng thấy cái trò nhờ bạn trai xách cặp giùm sao mà hay đến thế!

Khi người ta xoay chuyển ý nghĩ, dĩ nhiên hành động cũng xoay chuyển theo.

Từ tuần lễ thứ hai trở đi, tới giờ vô lớp và giờ ra về,

học trò lớp bạn tụ tập dồn cục ở hai đầu cầu thang, lao xao như họp chợ.

Những cuộc đối thoại pha trộn tiếng năn nỉ của bọn con gái và giọng điệu hạch sách của bọn con trai vang lên như trong một vở kịch hài:

- Bạn làm ơn giùm đi mà!

- Tôi còn xách cặp của tôi chi.

- Còn tay kia?

- Tay kia mắc đút túi quần.

- Trời đất, ác vừa vừa chứ! Còn cái lưng?

- Tôi đâu phải lạc đà.

Tới đây, nghe có tiếng híc híc, không rõ là tiếng cười hay tiếng khóc. Đến khi giọng nam vang lên mới biết:

- Thôi, nín đi!

- Không nín!

- Bây giờ bạn nghe tôi nói nè.

- Nói đi!

- Xách giùm chiếc cặp của bạn thì dễ thôi.

- Vậy sao chưa chịu cầm lấy?

- Khoan đã, phải có điều kiện.

- Đòi hối lộ hả?

- Ai thèm đòi hối lộ! Điều kiện này dễ lắm. Hễ tôi nói gì, bạn cũng phải dạ, chịu không?

- Bộ muốn làm cha tôi hả?

- Làm anh được rồi.

"Sân khấu" im lặng một lúc. Rồi giọng nữ nhượng bộ:

- Cũng được.

- Hạt Tiêu ơi!

- Dạ.

- Nghe nói Hạt Tiêu cay lắm hả?

- Dạ.

- Nghe nói Hạt Tiêu mít ướt lắm hả?

- ...

- Dạ đi!

- Híc... híc...

- Thôi, đưa chiếc cặp đây! Bà này, giỡn chút xíu mà cũng khóc!

Những mẩu đối thoại như vậy nhiều vô kể và diễn ra ngày này qua ngày nọ. Bọn con gái có phần lép vế một chút nhưng cuối cùng bao giờ cũng đùn được chiếc cặp qua cho kẻ vừa bắt nạt mình.

Còn bọn con trai là chúa ngốc, tưởng hà hiếp được bạn gái như vậy là oai phong lắm, tối về nằm ngủ nghe mình mẩy rêm như dần, lại lẩn thẩn than trời mấy hôm nay sao nhiều gió độc!

12.

Bây giờ thì trong lớp bạn, trừ Hột Mít ra, chẳng còn đứa con gái nào tự mình xách cặp lên lầu hay xuống lầu nữa.

Bạn và Kiếng Cận khoái chí lắm. Vì cả hai là những người đầu tiên bày ra cái trò nhờ vả này mà.

Nhưng bạn chỉ khoái chí được có vài ngày.

Một hôm, chuông tan học vừa reo, bạn kêu Ria Mép:

- Lát nữa nhé!

Ria Mép trả lời bằng cách hai tay giơ cao hai chiếc cặp. Một chiếc của nó, còn chiếc kia không biết của ai.

- Gì vậy?

Bạn hỏi, ngay lúc đó bạn vẫn chưa kịp hiểu ra chuyện gì.

Ria Mép hất đầu về phía cô bạn ngồi cạnh:

- Nhỏ Đuôi Ngựa "xí phần" rồi!

Câu trả lời của Ria Mép khiến bạn thoắt sững sờ. Một nỗi nghẹn ngào dâng lên ngang cổ nhưng bạn cố kềm lại, thản nhiên:

- Vậy thì thôi!

Như nhận ra sự giận dỗi của bạn, Ria Mép hấp tấp nói:

- Nhưng không sao. Mình thừa sức xách ba chiếc cặp mà.

Bạn làm như không nghe thấy, lặng lẽ nhấc chiếc cặp lên, lạnh lùng bước ra khỏi chỗ.

- Tóc Bím đừng lo! Lát nữa mình sẽ xách giùm chiếc cặp của bạn xuống cầu thang cho!

Một giọng nói rụt rè vang lên bên tai khiến bạn ngạc nhiên quay lại.

Đang nhìn bạn là thằng Răng Chuột. Bắt gặp ánh mắt của bạn, nó hấp tấp quay mặt đi.

Nếu ngồi kế nhỏ Kiếng Cận là thằng Bảnh Trai thì ngồi cạnh bạn là thằng Răng Chuột.

Cũng như Bảnh Trai, Răng Chuột cũng không phải là học sinh trường cũ của bạn. Năm ngoái nó học bên trường Cọng Lá.

Tính bạn nhút nhát nên cả tháng trời bạn vẫn không sao trò chuyện tự nhiên với thằng Răng Chuột được. Răng Chuột xem ra còn nhút nhát hơn. Nó cứ im ru suốt buổi học, ngày nào cũng thế. Nên hai đứa ngồi cạnh nhau chẳng có gì vui vẻ. Cứ như hai cục gạch được xếp kế nhau.

Vậy mà bây giờ một cục gạch đã mở miệng. Lại đòi xách cặp giùm cho cục gạch kia.

Bạn mỉm cười, nếu Răng Chuột không làm cục gạch thì bạn cũng chẳng thèm làm cục gạch nữa:

- Bạn định xách cặp giùm mình hở?

Răng Chuột quay lại, nhe răng chuột ra cười:

- Ừ.

- Lát nữa hở?

- Ngay bây giờ cũng được.

Bạn đặt chiếc cặp xuống bàn:

- Nè.

Không nói thì ai cũng biết kể từ hôm đó bạn và Răng Chuột bắt đầu chơi thân với nhau.

Không nói thì ai cũng biết kể từ hôm đó ngày nào Răng Chuột cũng xách cặp giùm bạn đi lên đi xuống cầu thang mệt xỉu.

Và không nói thì chẳng ai biết nhỏ Kiếng Cận cũng có những thay đổi giống hệt bạn. Sau một thời gian, nó không nhờ Bắp Rang xách cặp giùm nữa. Thế vào vị trí đó là thằng Bảnh Trai.

13.

Một tuần lễ có bảy ngày.

Trừ ngày chủ nhật, còn lại sáu ngày.

Trong sáu ngày đó, có đến năm ngày lớp bạn chỉ học một buổi sáng. Riêng ngày thứ năm, lớp bạn học cả sáng lẫn chiều.

Nhà bạn và nhà Tóc Ngắn gần trường nhất nên trưa thứ năm cả hai được mẹ đón về nhà.

Những đứa khác không vậy. Nhà tụi nó ở xa lắc xa lơ.

Bắp Rang ở Thủ Đức. Ria Mép ở Bình Chánh. Bảnh Trai ở Phú Lâm. Hạt Tiêu ở Gò Vấp. Nhà Kiếng Cận gần nhất cũng ở tuốt Ngã tư Bảy Hiền.

Tụi nó nhà xa như vậy nên ba mẹ không đưa đón được. Thậm chí những đứa đi học bằng xe đạp như Bắp Rang hay Ria Mép có siêng năng đạp xe về nhà cũng không thể quay lại buổi học chiều đúng giờ được. Xa quá mà.

Vì vậy, tụi nó đều ở lại trường.

Trưa, Ria Mép ăn cơm bụi, Hạt Tiêu ăn bò bía, Hột Mít ăn bánh bao, Bắp Rang ăn bánh mì. Những đứa khác ăn những thứ khác.

Ăn xong, mấy đứa con gái kéo nhau đi lang thang ngoài phố hoặc tấp vào các siêu thị la cà ngắm nghía cho qua thì giờ. Bọn con trai thì sà vào các tụ điểm trò chơi gần trường.

Qua tháng thứ hai, mẹ bạn phát hiện ra điều đó.

Đầu giờ chiều, chở bạn đến trường, thấy Kiếng Cận, Hạt Tiêu và Hột Mít lếch thếch kéo nhau đi dọc vỉa hè, mặt mày đỏ lơ đỏ lưỡng, mẹ bạn ngạc nhiên:

- Tụi con đi đâu lang thang vậy?

- Dạ, đi dạo phố, cô.

- Ủa, trưa tụi con không về nhà hả?

- Dạ, không ạ. Nhà tụi con xa lắm, cô.

Mẹ bạn nhìn quanh:

- Bắp Rang đâu?

- Dạ, bạn ấy đang ở trong bàn bida.

- Còn Ria Mép?

- Dạ, bạn Ria Mép đang "ình chíu"!

Mẹ bạn nhíu mày:

- "Ình chíu" là sao?

- Dạ, "ình chíu" là chơi trò chơi điện tử đó, cô.

Mẹ bạn lắc đầu:

- Vậy là không được rồi. Buổi trưa tụi con phải nghỉ ngơi để lấy sức học buổi chiều chứ!

- Khó lắm cô! - Hột Mít nói - Trường tụi con đâu phải trường bán trú. Buổi trưa học sinh không được phép ở lại trong lớp.

Bạn thình lình lên tiếng:

- Buổi trưa mấy bạn về nhà mình đi!

Bạn quay sang mẹ:

- Được mẹ há?

14.

Mẹ bạn đồng ý.

Ba bạn đồng ý.

Các bạn của bạn cũng đồng ý.

Ba mẹ các bạn của bạn lại càng tán thành.

Thế là trưa thứ năm hằng tuần, mẹ bạn và mẹ Tóc Ngắn không đi đón con nữa.

Tan học ra, Kiếng Cận, Hạt Tiêu, Hột Mít, Ria Mép, Bắp Rang, Bảnh Trai, Tóc Ngắn và bạn chui lên một chiếc taxi, về nhà.

Tiền taxi, tuần thứ nhất, bạn trả. Tuần thứ hai, Kiếng Cận trả. Tuần thứ ba, tới Bắp Rang. Tuần thứ tư, tới Ria Mép. Rồi tới những đứa khác, cứ thế xoay vòng.

Nhỏ Tóc Ngắn không ở trong diện nhà xa. Nhưng nó ở trong diện ham vui. Thấy bạn bè tụ tập một chỗ, còn mình phải về nhà buổi trưa vò võ một mình, nó cồn cào khó chịu trong người quá. Mà ai chứ con nhỏ Tóc Ngắn dễ gì cam tâm chịu đựng cái “nghịch cảnh” đó. Qua tuần lễ thứ hai, chả hiểu nó thủ thỉ hay gây áp lực thế nào mà ba mẹ nó đồng ý cho nó nhập bọn với đám Hạt Tiêu, Hột Mít.

Bữa đó, tụi bạn lục tục chui vô xe, vừa sập cửa, bỗng thấy nhỏ Tóc Ngắn hớt hơ hớt hải chạy tới:

- Chờ với! Chờ với!

- Gì thế? - Ria Mép ngồi ngoài cùng, thò đầu ra.

Tóc Ngắn hất đầu:

- Mở cửa xe ra đi!

Đầu Bắp Rang thò ra kế đầu Ria Mép:

- Xe này không chở hàng lậu, xét gì mà xét!

Tóc Ngắn trả lời bằng cách hai tay nâng chiếc cặp, mím môi liệng vù ngay ô cửa gió khiến Ria Mép và Bắp Rang hoảng hốt hụp đầu xuống. Chiếc cặp to đùng rơi đánh bộp một cái lên chân Bảnh Trai ngồi phía trong khiến thằng này la chói lói:

- Ối, gãy giò tôi rồi!

Ria Mép nhô đầu lên, gầm gừ:

- Bà này, điên hả?

Tóc Ngắn cười hì hì:

- Ai mà thèm điên! Cho mình lên với!

- Cái gì? - Ria Mép trợn mắt - Bạn định đi cùng tụi này về nhà Tóc Bím?

Tóc Ngắn dậm chân bình bịch:

- Còn hỏi nữa! Mở cửa ra đi!

Tóc Ngắn nhà gần xịt thì thế, trong khi thằng Răng Chuột nhà ở tít dưới Bến xe Bình Triệu lại từ chối về chung.

Bạn rủ:

- Trưa về nhà mình với các bạn đi!

Răng Chuột lắc đầu:

- Không được đâu.

- Sao thế?

- Mình còn nhỏ em gái ở nhà.

- Chứ mẹ bạn đâu?

- Mẹ mình ở chỗ khác.

- Còn ba bạn?

- Ba mình ở chỗ khác nữa.

Răng Chuột làm bạn thắc mắc ghê quá:

- Sao lạ vậy?

- Ừ, thế đấy!

Răng Chuột hững hờ đáp, đôi mắt nó chợt trở nên xa xăm.

Bắt gặp ánh mắt đó, bạn biết mình không nên hỏi nữa.

15.

Cố kê khai thì nhà bạn kể như là có năm phòng. Ngoài cùng là phòng khách. Phòng khách rộng nhất nhà. Kế đến là phòng học cũng là phòng ngủ của bạn. Tiếp theo là hành lang dẫn xuống nhà bếp và nhà tắm. Mẹ bạn kê một cái bàn tròn ngay giữa lối đi dọc các chậu hoa làm phòng ăn.

Cuối cùng là căn gác lửng, ban ngày là phòng làm việc của ba, ban đêm là phòng ngủ của ba và mẹ.

Thường, tụi bạn về đến nhà, bữa ăn bao giờ cũng đã được bày sẵn. Tất nhiên là không phải miễn phí rồi. Cuối tháng, ba mẹ Hạt Tiêu, Hột Mít, Bắp Rang... góp tiền ăn cho mẹ bạn.

Trong bọn, nhỏ Tóc Ngắn là háu ăn nhất. Lần nào cũng thế, vừa bước chân qua khỏi cửa là nó kêu ầm:

- Cô ơi cô, có gì ăn không, cô? Con đói bụng quá hà!

Nhỏ Tóc Ngắn hỏi cho có hỏi. Bởi vì nó nói chưa

dứt câu, người nó đã ở dưới bếp, tay phải nó đã mở cửa tủ lạnh và tay trái nó đã nhón một thứ gì đó rồi.

Nếu nhỏ Tóc Ngắn là đứa háu ăn nhất thì thằng Bắp Rang là đứa sành ăn nhất. Vì vậy, phong cách nó cũng khác Tóc Ngắn.

Nếu Tóc Ngắn vừa vào nhà đã réo om sòm thì Bắp Rang vừa đẩy cửa đã chun mũi hít hít, bộ tịch rất trịnh trọng.

Lần đầu tiên, thấy Bắp Rang hít hà, nhỏ Hạt Tiêu trố mắt:

- Bạn tuổi con chó à?

Bắp Rang giơ nắm đấm thay cho câu trả lời. Vì nó đang bận đánh hơi mà.

Bảnh Trai nhìn Bắp Rang như nhìn quái vật hồ Lockness:

- Mày làm trò gì thế, Bắp Rang?

Bắp Rang tai nghe rõ nhưng vẫn không hé môi. Nó khịt khịt thêm một lúc, xem chừng đã đủ, liền thủng thỉnh quay lại:

- Tao đang đoán xem hôm nay mẹ Tóc Bím cho tụi mình ăn những món gì!

Bảnh Trai nhún vai:

- Xạo vừa vừa thôi, ông tướng!

Phớt lờ lời chế giễu của bạn, Bắp Rang xòe bàn tay ra trước mặt, vừa bấm đốt ngón tay vừa thản nhiên lẩm bẩm:

- Món thứ nhất là canh chua cá bông lau, món thứ hai là thịt gà xào gừng, món thứ ba là tôm kho rim...

- Hí hí! - Nhỏ Hột Mít bụm miệng cười - Bắp Rang hành nghề thầy bói tự bao giờ thế?

Kiếng Cận tủm tỉm:

- Bắp Rang đi thi nói dóc chắc đoạt giải quán quân quá hà!

Không chỉ Bảnh Trai, Hột Mít và Kiếng Cận, những đứa còn lại đều nghĩ Bắp Rang đang giễu hề.

Nào ngờ khi cả bọn quẳng cặp lên bàn, kéo nhau ra sau nhà rửa mặt, thấy trên bàn ăn đã dọn sẵn các món Bắp Rang vừa liệt kê: canh chua, gà xào gừng, tôm kho rim, đứa nào đứa nấy mắt trợn tròn.

- Trời đất ơi! - Bảnh Trai quay phắt sang Bắp Rang - Hóa ra khi nãy mày nói thật đó hả Bắp Rang?

Bắp Rang khiêm tốn cúi đầu:

- Từ khi cha sinh mẹ đẻ đến nay, kẻ hèn này chưa bao giờ nói dối!

Nhỏ Kiếng Cận thở ra:

- Kiểu này chắc chương trình Yan can cook phải dẹp tiệm sớm!

Hạt Tiêu níu áo Bắp Rang, năn nỉ:

- Hôm nào bạn bày cho mình nấu ăn với nghe!

- Í, đừng đánh giá kẻ hèn này quá cao như vậy chứ! - Bắp Rang chắp hai tay trước ngực - Kẻ hèn này chỉ giỏi ăn chứ không giỏi nấu ăn. Bạn nấu xong rồi mời kẻ hèn này tới ăn thì được.

Mẹ bạn nghe kể lại, nhìn Bắp Rang khen ngợi:

- Như vậy là con có năng khiếu đặc biệt về ẩm thực.

Được khen, Bắp Rang khoái chí lắm. Nó liền chứng minh mẹ bạn nhìn không lầm người bằng cách húp một muỗng canh, chép chép miệng rồi gật gù y như một cụ già bảy mươi:

- Canh này cô nêm nước mắm chứ không phải nêm muối. Trong canh, con thấy đậm vị ngọt mà thưa vị chát.

Mẹ bạn ngạc nhiên:

- Con nói đúng y!

Và nhìn sững Bắp Rang, mẹ bạn buột miệng tấm tắc:

- Cô nghĩ con phải có một cái đầu rất thông minh.

Lời khen này còn giá trị gấp bội lời khen ban nãy. Bắp Rang mặt mày rạng rỡ. Nó gật đầu, nói tỉnh rụi:

- Dạ, cô nhận xét cũng đúng y!

Cái lối nói năng của Bắp Rang khiến tụi bạn tức cười quá đỗi. Nhưng có mẹ bạn ngồi đó, đứa nào đứa nấy cố ngậm chặt miệng.

Nhưng đến màn đối đáp tiếp theo thì không đứa nào nhịn được nữa. Cả bọn phá ra cười sặc sụa.

Mẹ bạn hỏi:

- Ở lớp chắc con học giỏi lắm hả con?

Mẹ bạn hỏi như vậy hoàn toàn không có ý làm khó thằng Bắp Rang. Mẹ bạn đinh ninh nó đã thông minh đến thế, học hành nếu không đứng hạng nhất ắt cũng xếp hạng nhì, không sai chạy vào đâu được.

Nào ngờ sự thể lại ra ngoài tiên liệu của bà quá xa.

Ngay cả Bắp Rang cũng không ngờ câu chuyện lại xoay chiều bất lợi như vậy. Nó khẽ rùng mình, hóp bụng lại và câu trả lời buột ra giống hệt một tiếng than:

- Con đứng gần bét lớp cô ơi!

16.

Ăn cơm trưa xong, đám con trai nằm ngủ ở phòng khách, tụi con gái ngủ trong phòng của bạn.

Ngủ là nói theo thói quen, nói cho oai. Bởi nằm thì rõ là ai cũng nằm, nhưng mọi con mắt đều mở thao láo. Hiển nhiên, mở mắt thì không thể gọi là ngủ.

Mà đã không ngủ thì không thể nằm lâu được. Thế là cả bọn lần lượt ngồi lên, trước tiên là bọn con trai.

Mẹ bạn đi ngang qua:

- Sao không nằm ngủ đi tụi con?

- Tụi con không ngủ được ạ.

- Vậy thì ngồi dậy lấy bài ra học. Nhưng không được làm ồn, để chú nghỉ trưa.

- Dạ.

Thằng Ria Mép chạy vào phòng con gái, gõ cửa lộc cộc:

- Nè.

- Gì đó? - Tiếng nhỏ Kiếng Cận vọng ra.

- Các bạn có ngủ được không?

- Chi vậy?

- Ra ngoài này chơi!

Tiếng nhỏ Tóc Ngắn reo lên:

- Đúng rồi đó! Lấy cầu ra đá đi!

- Đừng xúi bậy! - Ria Mép hừ mũi - Để ba Tóc Bím ngủ!

Tóc Ngắn chép miệng:

- Chứ chơi trò gì?

Bạn khoe:

- Nhà mình có một bộ bài.

Năm phút sau, cả bọn quây quần ngoài phòng khách, chia phe đánh tiến lên. Có tám đứa, hai đứa một phe.

Chơi một lát, có tiếng cười hí hí.

Một lát nữa, có tiếng cãi nhau ỏm tỏi.

Hột Mít thét the thé:

- Bảnh Trai chơi ăn gian! Bài đã đánh xuống không được lấy lên!

- Nhưng bạn đã đi đâu! - Bảnh Trai gân cổ cãi.

- Đi hay chưa gì cũng thế! Hừ, bỏ đôi hẻo xuống cho bản cô nương đây chặt!

- Không bỏ!

- Bỏ!

Nghe tiếng ầm ĩ, mẹ bạn từ nhà bếp chạy lên:

- Trời đất! Cô kêu tụi con ngồi dậy học bài chứ đâu có kêu ngồi dậy đánh bài.

Nhỏ Tóc Ngắn quay sang Ria Mép:

- Vậy chắc là Ria Mép nghe lộn đó cô!

Bạn nhìn mẹ, phụng phịu:

- Giải trí chút xíu mà mẹ.

- Nhưng tụi con ồn ào như vậy làm sao ba con ngủ!

Bạn chớp mắt:

- Tụi con sẽ không làm ồn nữa đâu!

Ria Mép giơ tay lên trời, long trọng:

- Con xin thề nếu còn làm ồn...

Mẹ bạn cắt ngang:

- Thôi được rồi! Tụi con nói phải giữ lời đấy nhé!

May mà mẹ bạn ngăn không cho Ria Mép thề. Nếu không, rủi lời thề chắc là rất độc địa kia ứng nghiệm, tai họa không biết đâu mà lường.

Bởi cái đám bài bạc nhí nhố chỉ giữ lời hứa được có một lúc. Rồi đâu vẫn vào đấy ngay.

Lần này, tới phiên nhỏ Hạt Tiêu gây náo loạn:

- Ê, Ria Mép giấu bài!

- Tầm bậy! - Ria Mép gầm lên - Bạn có biết tội vu khống bị xử phạt như thế nào không hả?

- Ai mà thèm vu khống! Bạn nhổm người lên coi!

- Nhổm thì nhổm!

- Hà hà, cái gì đây?

- À, chắc mình làm rớt...

Cuộc cãi vã đang tới hồi gay cấn bỗng bất ngờ im bặt. Ria Mép và Hạt Tiêu không hẹn mà cùng thấp thỏm nghiêng tai nghe ngóng. Những đứa khác lo lắng chong mắt về phía cầu thang dẫn lên gác. Rõ ràng có tiếng chân đang đi xuống.

Kiếng Cận xanh mặt:

- Chết rồi! Ba Tóc Bím xuống đó!

Hột Mít liếc Ria Mép và Hạt Tiêu, làu bàu:

- Cãi nhau nữa đi!

Bắp Rang thực tế nhất. Nó chồm người tới trước quơ vội vàng các quân bài:

- Phi tang ngay!

Cả bọn như bừng tỉnh, hùa theo Bắp Rang hối hả nhặt nhạnh các lá bài vương vãi.

Nhưng đã quá muộn.

Vì tiếng ba bạn đã vang lên:

- Không kịp đâu, tụi con!

Cả bọn giật mình ngẩng lên, thấy ông đang đứng chống nạnh ngay chỗ cửa thông, mặt mày nửa nghiêm nghị nửa giễu cợt.

Không đứa nào nói được một tiếng, tự nhiên mà cổ họng khô rang.

Cả những tên tiểu quỷ lanh lợi như Bắp Rang, Ria Mép cũng không sao mở miệng nổi.

Ba bạn nhún vai:

- Làm gì tụi con trố mắt lên hết như thế?

Rồi ông ngoắt bạn:

- Con lại đây!

Giữa bầu không khí nặng như chì, bạn đứng lên, rụt rè bước lại phía ba bạn.

Đợi bạn đến gần, ba bạn hỏi:

- Con biết ba kêu con lại đây làm gì không?

- Dạ, con không biết.

Ba bạn đột nhiên mỉm cười, và lời giải thích của ông khiến đám loi choi vỗ tay hoan nghênh nhiệt liệt:

- Nhường chỗ cho ba đánh thế con chứ chi!

17.

Từ bữa đó, nhỏ Tóc Ngắn càng khoái về nghỉ trưa ở nhà bạn hơn nữa. Vì có thể chơi đùa thỏa thích mà không bị la rầy. Vì ba bạn tuy bề ngoài nghiêm nghị nhưng tâm hồn bên trong rất gần gũi với thầy Bàng. Nghĩa là thích chơi với bọn trẻ con. Ba bạn hên hơn thầy Bàng ở chỗ không đi dạy học. Nếu không, ắt cũng sẽ bị ban giám hiệu kêu lên phê bình tơi tả về cái tánh ham chơi.

Ba bạn không có ban giám hiệu nhưng có mẹ bạn. Mẹ bạn lắc đầu:

- Anh tập hư tụi nhỏ!

Nhỏ Tóc Ngắn nghe được, khoái lắm.

Buổi trưa về nhà bạn, cái gì nhỏ Tóc Ngắn cũng khoái. Nói chính xác thì trong mười điều nó khoái tới chín điều. Chỉ không khoái một điều. Là nhà bạn ở bên lề trái, trong khi taxi đỗ bên lề phải.

Có thể sẽ chẳng ai tin nếu bảo Tóc Ngắn là con nhỏ không bao giờ dám một mình băng qua đường. Trong khi sự thực là như vậy.

Sự thực là từ bé đến giờ nó sống trong hẻm sâu, mà một con hẻm thưa thớt người qua lại thì khác quá xa so với một đường phố nườm nượp xe cộ.

Sự thực là từ bé đến giờ, mỗi khi đi chơi ngoài phố, nó toàn được ba mẹ cầm tay dắt qua đường.

Cho nên, cũng sự thực là trưa thứ năm hằng tuần, mỗi khi xe taxi đỗ xịch trước nhà bạn, bao giờ nó cũng tò tò theo nắm tay một đứa nào đó trong bọn, khi là bạn khi là Kiếng Cận khi là Hạt Tiêu, để có đủ dũng cảm vượt một đoạn đường ngắn ngủn từ lề phải qua lề trái.

Thấy nhỏ Tóc Ngắn lớn tồng ngồng rồi mà không dám băng qua đường một mình, Ria Mép ngứa mắt quá, bèn nghĩ cách trêu chọc.

Một hôm, vừa xuống khỏi taxi, nhân lúc Tóc Ngắn đang lơ đãng nhìn ngắm các tủ kính trong cửa hiệu bánh ngọt bên đường, Ria Mép thình lình hô "một, hai, ba". Tụi bạn được rỉ tai từ trước, lập tức hè nhau băng qua đường, gần như cùng một lúc.

Tóc Ngắn nghe tiếng hô lạ tai, ngoảnh lại, thấy tụi bạn đã qua gần tới lề đường bên kia.

Biết rơi vào bẫy, nó dậm chân bình bịch:

- Tóc Bím, Kiếng Cận, quay lại dẫn mình qua với!

Bạn và Kiếng Cận làm lơ, bỏ đi luôn.

- Hạt Tiêu, Hột Mít, mấy bạn đừng có chơi ác như thế chứ!

Hột Mít nheo mắt:

- Năm nay bạn bao nhiêu tuổi rồi, biết không? Phải tập làm người lớn đi chứ!

Tóc Ngắn xanh mặt nhìn dòng xe xuôi ngược:

- Nhưng mình sợ lắm!

Ria Mép chỉ tay về phía góc đường:

- Sợ thì lại đằng ngã tư, chờ đèn đỏ rồi băng qua vạch vôi dành cho người đi bộ.

Tóc Ngắn liếc mắt về phía ngã tư, mặt xịu xuống:

- Xa quá hà!

Ria Mép cười gian ác:

- Vậy thì cứ đứng ở bển luôn.

Giọng Tóc Ngắn càng lúc càng thiểu não:

- Bộ mấy bạn bắt mình nhịn đói trưa nay hả?

Bắp Rang cười khà khà:

- Tiệm bánh ngọt đằng sau lưng đó chi!

Biết không thể năn nỉ được, mặt Tóc Ngắn sầm xuống. Nó bắt đầu tức giận:

- Được rồi! Thế thì bản cô nương đây sẽ tự qua đường một mình!

Đám Ria Mép, Bắp Rang vỗ tay rần rần:

- Hoan hô!

- Đừng hoan hô vội! - Tóc Ngắn nghiến răng ken két - Nếu bản cô nương đây có bề gì, cái lũ vô lương tâm các ngươi đừng hòng ngủ yên với oan hồn của bản cô nương!

Tóc Ngắn vừa nói vừa rụt rè đặt chân xuống lòng đường.

Nó nhìn trái nhìn phải rồi thận trọng bước tới một bước, dù lúc này xe cộ chỉ lác đác. Lâu thật lâu, nó mới dọ dẫm đặt bước thứ hai.

- Chạy ù qua đi! - Ria Mép bứt tai - Bạn bò như rùa thế kia, đến trưa mai chưa chắc đã qua tới bên này!

Hột Mít động viên:

- Cứ đi như bình thường thôi, Tóc Ngắn! Xe đang ở tít đằng xa mà sợ gì!

Cặp mắt Tóc Ngắn vẫn không ngừng láo liên. Tai nó nghe rõ hết nhưng đang trong cảnh "thập tử nhất sinh", nó không dám mở miệng đáp.

Nó đánh mắt sang bên trái, thấy chỉ có một chiếc ôtô và một chiếc gắn máy đang chạy tới, và đúng như Hột Mít nói, hai chiếc xe vừa mới qua khỏi ngã tư, còn cách chỗ nó khoảng hơn ba chục mét.

Tóc Ngắn hít vào một hơi đầy và nắm chặt hai tay, chuẩn bị lao đi.

Nếu mọi chuyện diễn ra đúng như thế thì đã đâu vào đấy và nhỏ Tóc Ngắn đã có thể tự hào về thành tích vô tiền khoáng hậu của mình.

Đằng này, ngay trong khoảnh khắc lịch sử đó, không hiểu sao nó cảm thấy không được tự tin, liền ngoảnh nhìn hai chiếc xe một lần nữa, lo lắng thấy chúng gần hơn ban nãy một quãng.

Đã vậy, ngay lúc đó chiếc ôtô bỗng bất thần bóp còi.

Chiếc ôtô bóp còi nhưng thực ra vẫn còn ở đằng xa. Nhưng đang tâm thần bất định, nghe tiếng còi "tin, tin" đột ngột vang lên, Tóc Ngắn tưởng như sấm nổ bên tai.

Thế là hồn vía lên mây, nó hét lên một tràng khủng khiếp "A... a... a... a... a..." và quay mình chạy ngược vào lề, quýnh quíu đến mức húc đánh "rầm" một cái vào thằng Bảnh Trai đang lơ ngơ đi tới khiến thằng này suýt chút nữa ngã lăn quay ra đất.

Trong khi đám bạn đứng bên kia đường ôm bụng cười bò thì Bảnh Trai ôm bụng nhăn nhó:

- Ối trời ơi, cái gì vậy nè trời?

- Xin lỗi nha! - Tóc Ngắn ấp úng - Rủi chút xíu mờ!

Bảnh Trai ngước bộ mặt đau khổ:

- Trời đất! Ủi người ta muốn bể be sườn mà kêu chút xíu!

Tóc Ngắn biết lỗi, không dám đôi co. Nó lăng xăng đi vòng quanh nạn nhân, chớp mắt xuýt xoa:

- Bạn có đau lắm không?

Bảnh Trai không đáp. Nó đứng thẳng người lên, cúi đầu nhìn chiếc áo đang mặc, lẩm bẩm như nói với chính mình:

- Lạ ghê! Bữa nay mình đâu có mặc áo đỏ mà bị húc lầm!

- Đủ rồi nghen! - Tóc Ngắn hừ giọng - Bộ bạn kêu tôi là bò hả?

Tóc Ngắn chỉ hậm hực giả vờ thôi. Đang không biết làm sao băng qua đường, tự dưng vớ được thằng Bảnh Trai, nó hoan hỉ như người sống lại.

Người chết đuối vớ được cọc mừng rỡ như thế nào chắc chắn nó cũng đang mừng rỡ y như thế.

18.

Thực ra, Bảnh Trai ở lại lề đường bên này chẳng phải tử tế gì. Nếu không phải ghé tiệm tạp hóa gần đó mua cây compa, nó đã tót qua lề đường bên kia cùng tụi bạn quỷ quái từ lâu rồi.

Bị Tóc Ngắn tóm được, Bảnh Trai loay hoay nghĩ cách thoát ra.

Nhưng Tóc Ngắn đâu phải là con nhỏ khờ khạo. Dễ gì nó để cho bạn bè gạt lần thứ hai.

Nhìn bộ mặt nhớn nhác của Bảnh Trai, nó cười khẩy:

- Đừng nghĩ đến chuyện đánh bài chuồn, vô ích! Bản cô nương đây không để vấp hai lần vào cùng một tảng đá đâu!

Bảnh Trai cười méo xẹo:

- Đừng nghĩ xấu bạn bè thế chứ!

Tóc Ngắn nhún vai:

- Xấu tốt tính sau! Bây giờ bản cô nương đây muốn chắc ăn trước đã!

Nói xong, nó thò tay tóm chặt cổ tay Bảnh Trai.

- Ê, bạn làm gì thế? - Bảnh Trai giãy nảy - Bạn có biết câu "nam nữ thọ thọ bất thân" không hả?

Tóc Ngắn cười khì khì:

- Câu đó xưa rồi, "em giai"!

- Cái gì? - Bảnh Trai nhảy dựng - Bạn kêu tôi là em trai hả? Bạn có biết tôi sinh trước bạn... mấy tháng không hả?

- Bản cô nương đây không cần biết! - Tóc Ngắn nghinh mặt - Kêu như vậy thì việc nắm tay mới khỏi bị thiên hạ dị nghị, "em giai" à!

Trong khi Bảnh Trai lắc đầu ngao ngán thì tụi bạn đứng bên kia đường la ầm:

- Nè, nè, buông tay người ta ra đi! Bộ năm 2000 con gái được quyền tỏ tình trước hay sao?

Mặc bạn bè trêu chọc, Tóc Ngắn vẫn trơ trơ. Thậm chí nó còn quay mặt sang lề đường bên kia, thè lưỡi ra, nhạo lại.

Bảnh Trai cố rút tay ra:

- Bạn thả tay ra đi! Tôi hứa sẽ không bỏ bạn một mình đâu!

Câu nói vừa thốt ra, Bảnh Trai bỗng đỏ bừng mặt. Tại nó sực nhận ra câu nói của nó kỳ cục quá đó mà.

Nhưng con nhỏ Tóc Ngắn có đời nào để ý đến chuyện lắt léo đó. Nó thản nhiên:

- Nói phải giữ lời đấy nhé!

- Ừ.

Tóc Ngắn buông cổ tay Bảnh Trai ra. Nhưng liền sau đó, nó nhanh như chớp tóm lấy vạt áo đối phương.

- Gì thế? - Bảnh Trai ngạc nhiên.

Tóc Ngắn toét miệng cười:

- Dù sao thì bản cô nương đây vẫn muốn nắm đằng cán, hì hì!

Rồi nó nhún vai, ra vẻ lịch duyệt:

- Bản cô nương đọc sách xem phim, thấy sách nào phim nào người ta cũng bảo chớ nên tin lời bọn con trai, nhất là những tên con trai đẹp mã!

Cái lối ăn nói ngang phè của Tóc Ngắn khiến Bảnh Trai dở khóc dở cười.

Biết không thể nào thoát khỏi con nhỏ ngổ ngáo này, nó tức mình quá, bèn nghĩ cách hành hạ đối phương.

Thay vì băng qua đường, nó quay mình đi về hướng ngã tư.

- Đi đâu thế? - Tóc Ngắn ngơ ngác.

- Ghé mua cái này chút!

Bảnh Trai đi một đoạn, lại quay lưng đi ngược trở lại.

Tóc Ngắn thắc mắc:

- Bạn mua cái gì đâu?

- Xuống dưới kia mua!

Bảnh Trai chỉ làm bộ thế thôi. Compa cần mua thì nó đã mua rồi. Nó cố tình đi xuôi đi ngược dọc vỉa hè cho nhỏ Tóc Ngắn lẽo đẽo đằng sau chơi.

Đi chừng hai vòng, Tóc Ngắn vỡ lẽ:

- Đủ rồi nghen!

Bảnh Trai tỉnh khô:

- Chưa đủ đâu! Còn mười lăm vòng nữa!

Tụi bạn bên kia đường lại oang oang:

- Đừng đeo đuổi Bảnh Trai nữa, Tóc Ngắn ơi! Nó đã có bạn gái rồi!

Tóc Ngắn phớt lờ, tay càng nắm chặt vạt áo đối phương hơn nữa.

Nhưng nó chỉ làm tỉnh được một lúc. Tới vòng thứ năm, nó bắt đầu cảm thấy mỏi chân.

- Đứng lại đi, "em giai"! - Tóc Ngắn nghiến răng trèo trẹo.

Bảnh Trai vẫn tiếp tục bước:

- Xưng hô kiểu đó thì đừng hòng!

Tóc Ngắn mỉm cười:

- Đứng lại đi, Bảnh Trai!

Bảnh Trai vẫn không ngừng chân.

- Sao chưa chịu dừng?

- Vẫn chưa được! Phải xưng hô kiểu khác?

- Kiểu gì nữa?

Bảnh Trai cười:

- "Anh giai".

- Còn lâu!

- Vậy thì đi tiếp!

Tóc Ngắn hất mái tóc ngắn:

- Hừ, đi thì đi!

Nhưng tới phiên Bảnh Trai hết muốn đi. Tại vì tới phiên nó cảm thấy mỏi chân.

Tóc Ngắn nhìn Bảnh Trai lom lom:

- Sao không đi nữa?

- Tôi chịu thua bạn rồi!

Bảnh Trai tiu nghỉu đáp và đặt chân xuống lòng đường.

19.

Từ hôm đó, Bảnh Trai tự nhiên thấy lòng mình khang khác. Nó thấy nó lạ quá đi.

Ngồi trong lớp, nó hay liếc về phía nhỏ Tóc Ngắn.

Ngồi ở nhà, nó cũng hay nghĩ về nhỏ Tóc Ngắn.

Nó thấy con nhỏ này ngộ ghê. Học bốn năm bên trường Nhà Dài, nó chẳng thấy một đứa con gái nào giống như vậy.

Trước nay chưa có nhỏ bạn cùng lứa nào dám mở miệng gọi nó là "em giai". Ngay những đứa lớn tuổi hơn nó như tụi Tam Cô Nương khi viết thư xin làm quen cũng chỉ kêu nó bằng tên.

Vậy mà con nhỏ Tóc Ngắn chẳng sợ trời sợ đất này cứ gọi nó bằng "em" tỉnh rụi. Ra cái điều đó là chuyện đương nhiên, chẳng cần phải bàn cãi.

Nhưng Bảnh Trai không giận. Chỉ thấy là lạ.

Bảnh Trai thấy là lạ ba ngày. Tới ngày thứ tư, nó lại

thấy thinh thích. Nghĩ đến cảnh nhỏ Tóc Ngắn cầm tay mình, sau đó lếch thếch đi theo mình cả buổi, nó thấy như có một làn gió êm mát thổi qua hồn.

Mỗi lần nghĩ tới cảnh này, nó hay mỉm cười một mình lắm.

Bảnh Trai biểu lộ cái sự thinh thích của mình bằng cách tò tò đi theo xách cặp cho nhỏ Tóc Ngắn. Chiếc cặp của nhỏ Kiếng Cận, nó trả lại cho thằng Bắp Rang.

Trưa thứ năm, chơi *tiến lên*, bao giờ nó cũng giành ở chung phe với Tóc Ngắn, chỉ để làm mỗi việc bốc bài lên rồi sắp xếp ngay ngắn cho con nhỏ này đánh. Y như một tay chạy việc hạng bét.

Đã vậy, nó còn bị nhỏ Tóc Ngắn hành lên hành xuống:

- Bảnh Trai chia bài giùm mình đi!

- Khát nước quá, Bảnh Trai ơi!

Có khi nó nói trổng:

- Kiếm cái chi lót ngồi cho êm há?

Thế là thằng Bảnh Trai chạy lui chạy tới lăng xăng.

Nhỏ Tóc Ngắn chỉ thiếu chuyện kêu thằng Bảnh Trai đấm lưng nữa thôi.

Nói tóm lại, hôm trước lúc ở trên lề đường trước nhà bạn, thằng Bảnh Trai hành nhỏ Tóc Ngắn thế nào, bây giờ nó bị nhỏ Tóc Ngắn hành lại y như vậy.

Hột Mít nhún vai bình luận, tất nhiên là lúc không có các đương sự:

- Bọn con trai là chúa ngốc!

- Nè, nè, - Ria Mép nhảy nhổm - không được vơ đũa cả nắm à nghen!

- Cả nắm gì! - Hột Mít nhếch mép - Nhóc ngươi cũng vậy thôi! Tự dưng lại lẽo đẽo theo xách cặp cho nhỏ Đuôi Ngựa.

- Cái đó là giúp bạn.

Hột Mít "hứ" một tiếng:

- Vậy sao nhóc ngươi không giúp cho bản cô nương đây!

- Hà hà, ghen tị! Ghen tị rồi! - Bắp Rang vỗ tay reo.

- Trời đất! - Ria Mép trợn mắt - Khủng long như bà không xách cặp giùm tôi thôi, sao lại bắt tôi xách cặp giùm?

Rồi nó ngửa mặt lên trời:

- Kiểu này đúng là thiên hạ đại loạn rồi!

- Cho loạn luôn!

Hột Mít gầm lên và hùng hổ lao người tới.

Hột Mít đã nhanh, Ria Mép còn nhanh hơn. Vèo một cái, nó đã ở cách vùng nguy hiểm cả chục thước, cười hề hề:

- Muốn có người xách cặp, tốt nhất nên làm khủng long ăn cỏ! Bà cứ khoái làm khủng long ăn thịt, tên con trai nào mà dám lại gần!

20.

Từ ngày Bảnh Trai chơi thân với Tóc Ngắn, nhỏ Kiếng Cận lại cặp kè với bạn như cũ.

Hẳn nhiên là bạn rất vui.

Và cũng hẳn nhiên là bạn cố không để lộ niềm vui đó ra ngoài mặt. Không ai lại khoe bộ mặt tươi hơn hớn trong khi bạn mình đang buồn.

Đó là bạn lo xa thế thôi, chứ kín đáo quan sát nhỏ Kiếng Cận mấy ngày liên tiếp, bạn thấy nó hình như chẳng buồn tí ti nào. Nó tỉnh bơ tuyên bố:

- Không chơi bạn này thì chơi bạn khác!

Khi nói từ "bạn khác", tất nhiên nhỏ Kiếng Cận không hề muốn ám chỉ thằng Mặt Mụn. Cho nên ngay sau đó, thằng Mặt Mụn theo quấy rầy nhỏ Kiếng Cận suốt hai tháng trời là một tai nạn hoàn toàn ngoài ý muốn.

Mọi chuyện bắt nguồn từ hai tên tiểu quỷ Ria Mép và Bắp Rang.

Sau khi thắng trận bán kết giải bóng đá toàn trường, hai tên này cao hứng gọi điện thoại khoe với thằng Mặt Mụn.

Mặt Mụn cũng là một đứa mê bóng đá khủng khiếp. Năm ngoái, nó đá chung một đội với Ria Mép và Bắp Rang. Năm nay nó là thủ môn chính của khối lớp mười trường Mèo Con.

Nghe Ria Mép và Bắp Rang thông báo, chiều chủ nhật nó háo hức phóng xe qua Ngôi Trường Mọi Khi, hò hét cổ vũ cho đồng đội cũ trong trận chung kết.

Hôm đó, tụi Ria Mép, Bắp Rang, Bảnh Trai, Răng Chuột đụng độ với đội bóng lớp mười hai, trông giống như cầu thủ tí hon Việt Nam đụng mấy ông khổng lồ Iran, Iraq.

Mỗi lần chân cẳng va nhau côm cốp, tụi Ria Mép đều ôm giò nhăn nhó.

Đội bóng có sáu người, hết hiệp một, đội lớp mười đã thay đến ba người.

Đã vậy, vào hiệp hai được năm phút, thủ môn Vòng Kiềng lại bị chấn thương khiến tụi Ria Mép lẫn đám bạn đứng ngoài xanh mặt.

À quên, trừ một đứa. Đó là nhỏ Tóc Ngắn. Thấy thằng Vòng Kiềng nằm bẹp trên sân, nó nhảy tưng tưng:

- Để mình vào bắt thế cho!

Hột Mít giật tay nó:

- Đừng có điên! Đây là tranh giải chứ đâu phải đá chơi!

Kiếng Cận lo lắng:

- Kiểu này đội mình thua mất.

Bạn bồn chồn ngó quanh:

- Lớp mình đâu có thủ môn dự bị.

Quả thật, lúc này ở trên sân, Vòng Kiềng đang gượng đứng lên đi cà nhắc về phía khung thành.

Đúng lúc đó, nhỏ Hạt Tiêu bỗng "a" lên một tiếng.

Kiếng Cận, Hột Mít, Tóc Ngắn và bạn cùng ngoảnh phắt lại:

- Gì thế, Hạt Tiêu?

Hạt Tiêu thấp giọng:

- Mình nghĩ ra cách cứu nguy rồi.

Bốn cái đầu lập tức chụm sát vào cái đầu thứ năm, thì thào:

- Cách gì?

Cái đầu thứ năm hất về phía Mặt Mụn:

- Kêu Mặt Mụn vào bắt gôn!

Kiếng Cận reo khẽ:

- Đúng rồi! Ai chứ Mặt Mụn bắt gôn thì khỏi chê!

Bạn lo lắng:

- Nhỡ tụi lớp mười hai biết sao?

Hạt Tiêu nhún vai:

- Yên tâm đi! Mới nhập học có hai tháng, tụi nó làm sao biết mặt hết học sinh lớp mình được.

Bạn vẫn chưa thực yên tâm:

- Nhưng còn mấy đứa lớp mình?

- Tụi lớp mình càng khỏi lo! - Hạt Tiêu nháy mắt - Tụi nó ngu gì hê lên!

Nói xong, Hạt Tiêu lò dò đi lại chỗ thằng Mặt Mụn, kề miệng vào tai thằng này.

Trong khi đó, Hột Mít hí hửng ngoắt Ria Mép:

- Ê, Ria Mép! Lại đây nói cái này cho nghe nè!

21.

Trận chung kết đó, bất chấp hàng loạt cầu thủ bị chấn thương, rốt cuộc đội lớp mười của bạn đã thủ hòa được với đội lớp mười hai trong hai hiệp chính. Và giành phần thắng trong cuộc thi sút 11 mét sau đó, ẵm cúp vàng ngon ơ.

Tất nhiên, công lớn nhất thuộc về thủ môn Mặt Mụn, người đã giữ nguyên vẹn mành lưới từ khi được tung vào sân và sau đó xuất sắc ngăn chặn được hai cú sút 11 mét của đối phương trong loạt đá luân lưu.

Đúng như Hạt Tiêu dự đoán, khán giả lớp mười thoạt đầu rất đỗi kinh ngạc trước sự xuất hiện của anh chàng thủ môn lạ hoắc lạ huơ này, nhưng sau khi được Hạt Tiêu, Hột Mít rỉ tai, tụi nó khoái chí bụm miệng cười hí hí.

Và cũng đúng như Hạt Tiêu dự đoán, tụi lớp mười hai, cả cầu thủ lẫn khán giả, không ai phát hiện ra sự gian lận này, nhất là sau khi giúp các đồng đội cũ giành chiến thắng, thằng Mặt Mụn vội vàng vứt trả lại chiếc áo thủ môn rồi lật đật phóc lên xe chạy mất.

Chỉ đến khi Ngôi Trường Mọi Khi thành lập đội tuyển để đi tranh giải với các trường khác thì câu chuyện mới vỡ lở.

Bí thư Đoàn trường Mắt Nai đi với tay đội trưởng đội bóng lớp mười hai xuống lớp mười tìm gặp bí thư chi đoàn Hạt Tiêu:

- Thủ môn lớp em đâu?

Hạt Tiêu giật đánh thót:

- Có chuyện gì vậy, chị?

- Mời bạn ấy vào đội tuyển nhà trường.

Hạt Tiêu cố giữ vẻ thản nhiên, đưa tay ngoắt thủ môn chính thức của lớp:

- Vòng Kiềng ơi!

Thằng Vòng Kiềng bước lại, ngơ ngác nhìn các nhân vật quan trọng.

Nhưng nó chưa kịp mở miệng hỏi, tay đội trưởng đội bóng lớp mười hai đã lắc đầu:

- Không phải bạn này.

Hạt Tiêu gãi đầu, bụng kêu khổ thầm:

- Chứ bạn nào nữa?

- Anh chàng thủ môn dự bị ấy.

Dĩ nhiên ngay từ đầu, Hạt Tiêu biết thừa nhân vật

đang bị lùng sục là Mặt Mụn. Nhưng biết lấy đâu ra thằng Mặt Mụn để "giao nộp" bây giờ. Nó nhíu mày, tìm kế hoãn binh:

- À, bạn ấy hở? Bạn ấy hôm nay nghỉ học.

Trong trường hợp này, hoãn binh không phải là một kế hay.

Vì ngay ngày hôm sau, hai nhân vật đáng sợ kia nhanh chóng quay lại:

- Bạn ấy đâu?

- Dạ, vẫn chưa đi học lại ạ.

Ngày hôm sau nữa vẫn vậy:

- Bạn ấy đi học lại chưa?

- Dạ chưa.

À quên, lần này kịch bản có khác một chút. Thêm một đoạn mới:

- Sao bạn ấy nghỉ lâu thế?

- Dạ.

- Bạn ấy ốm hở?

Hạt Tiêu mừng rơn:

- Dạ, ốm nặng lắm ạ.

Nhưng chị Mắt Nai không để nó mừng quá ba giây:

- Nhà bạn ấy ở đâu, tụi chị sẽ đi thăm?

Hạt Tiêu toát mồ hôi trán, không ngờ câu chuyện lại xoay ra như thế. Nó có cảm giác mọi sự mỗi lúc mỗi tuột khỏi tầm kiểm soát.

- Ốm nặng là nói hôm trước cơ! - Hạt Tiêu ấp úng - Hôm nay bạn ấy sắp khỏi rồi.

- Em nói thật không đấy? - Bí thư Đoàn trường nhìn chăm chăm vào mặt bí thư Đoàn lớp, giọng bắt đầu ngờ vực - Thế bao giờ tụi chị mới gặp bạn ấy được?

- Sáng mai.

Biết không thể lùi được nữa, Hạt Tiêu buột miệng hứa đại.

Khi hứa như vậy, thực tình nó muốn khóc quá.

22.

Lớp trưởng Hột Mít ngạc nhiên khi thấy bí thư chi đoàn Hạt Tiêu hớt hơ hớt hải đi tìm mình.

Nhưng đến khi nghe Hạt Tiêu thuật lại sự tình, Hột Mít còn hớt hơ hớt hải hơn:

- Phen này chết chắc rồi!

Ngay lập tức, Tóc Ngắn, Ria Mép, Bắp Rang, Bảnh Trai, Răng Chuột, Vòng Kiềng, Kiếng Cận và bạn được triệu tập.

Tóc Ngắn nghinh mặt nhìn Hột Mít:

- Thấy chưa! Hôm trước để mình vào thế, đâu có chuyện gì xảy ra!

- Thôi đi, bà ơi! - Ria Mép lườm Tóc Ngắn - Tranh giải bóng đá nam, ai cho con gái vô sân mà thay với thế!

Hạt Tiêu méo xệch miệng:

- Các bạn đừng cãi nữa! Lo nghĩ cách cứu bồ lẹ lẹ đi kìa!

Bắp Rang gật gù:

- Chỉ có một cách thôi.

Hột Mít nín thở:

- Cách gì?

- Kêu thằng Mặt Mụn sáng mai tới gặp chị Mắt Nai!

- Chi?

- Bịa ra một lý do gì đó để từ chối vô đội tuyển. Thế là xong!

Bảnh Trai liếm môi:

- Rủi nó bị phát hiện...

- Không sao đâu! - Ria Mép vọt miệng - Tôi sẽ cho nó mượn đồng phục tròng vào người.

Giải pháp do Bắp Rang và Ria Mép đưa ra đơn giản ngoài sức tưởng tượng. Hạt Tiêu thở phào. Hột Mít thở phào. Những đứa khác cũng thở phào. Chỉ có bạn là thấp thỏm:

- Mình nghi quá...

Bắp Rang cắt ngang:

- Nghi cũng phải làm. Không còn cách nào khác.

Thằng Mặt Mụn thét lên be be khi nghe Ria Mép và Bắp Rang đề nghị nó đến gặp bí thư Đoàn Mắt Nai:

- Tụi mày đừng có điên!

- Tụi tao rất tỉnh. Mày không nhận lời, tụi tao mới hóa điên.

Mặt Mụn ngần ngừ:

- Nhưng tao xuất hiện, bí mật sẽ bại lộ.

- Mày không xuất hiện bí mật mới bại lộ, đồ ngốc ạ!

Rồi Ria Mép và Bắp Rang tranh nhau kể cho Mặt Mụn nghe nỗi khổ của lớp trưởng Hột Mít và bí thư Hạt Tiêu mấy ngày qua. Rằng Hột Mít sụt mất tám ký, nay chỉ còn bằng hột bắp. Còn Hạt Tiêu thì khỏi nói, nó lo đến mất ăn mất ngủ, đêm nào cũng nằm khóc một mình đến sưng vù cả mắt. Tại vì nó là người chịu trách nhiệm chính về đội bóng của lớp, lại cũng là người đưa ra "tối kiến" đánh tráo thủ môn mà.

Mặt Mụn ngồi nghệt mặt nghe, thấy lòng bỗng dưng bùi ngùi vô hạn, mặc dù nó biết thừa lũ bạn nó nói mười phần, chỉ có chừng ba, bốn phần là sự thật.

Mặt Mụn thấy thương Hột Mít và Hạt Tiêu quá. Nhất là Hạt Tiêu, nhỏ bạn hôm nọ đã dại dột thuyết phục nó và nó đã dại dột nghe theo.

Cho nên, lần này không đợi hai đứa bạn năn nỉ, nó hăm hở nói:

- Được rồi, sáng mai tao sẽ bỏ học một buổi để đến trường tụi mày.

Cuộc gặp gỡ sau đó giữa thủ môn Mặt Mụn và bí thư Đoàn Mắt Nai cùng tay đội trưởng đội bóng lớp mười hai diễn ra suôn sẻ trên cả sự mong đợi của mọi người.

Trưa tan học, Mặt Mụn đứng đón tụi bạn cũ ngay trước cổng trường bằng nụ cười toét đến mang tai:

- Thắng lợi hoàn toàn!

Hạt Tiêu hớn hở:

- Không ai nghi ngờ gì bạn hở?

- Tuyệt đối không.

Hột Mít chỉ tay vào bảng tên trên ngực áo Mặt Mụn:

- Đây là tên Ria Mép mờ.

Mặt Mụn cười khì:

- Chẳng ai nhìn thấy cả. Tôi khoanh tay trước ngực suốt từ đầu tới cuối, còn được chị Mắt Nai khen "Em lễ phép ghê!".

Bắp Rang chớp mắt:

- Thế mày xin rút lui khỏi đội tuyển, chị Mắt Nai không nói gì à?

- Không. Tao làm theo kế hoạch của tụi mày. Tao bảo tao sắp nghỉ học rồi.

Ria Mép gật gù:

- Hay đấy! Một học sinh sắp chuyển trường dĩ nhiên không thể tham gia đội bóng.

- Không phải là chuyển trường! - Mặt Mụn đính chính - Tao bảo tao sắp bị đuổi học.

- Trời đất! - Ria Mép giật bắn - Sao mày lại nói thế?

Mặt Mụn tặc lưỡi giải thích:

- Tụi mày chẳng phịa ra chuyện tao thường xuyên nghỉ học là gì. Nghỉ hoài như thế, trường nào mà cho học!

- Chết rồi! - Hạt Tiêu biến sắc - Hôm trước tôi bảo bạn nghỉ học là do bị ốm. Tôi có bảo bạn nghỉ học không lý do đâu.

- Ai mà biết! - Mặt Mụn đưa đôi mắt lo lắng nhìn Ria Mép và Bắp Rang - Hôm qua, hai thằng khỉ này có nói rõ chi tiết đó với tôi đâu.

Ria Mép không còn bụng dạ nào đôi co. Nó ôm đầu, rên rỉ:

- Mặt Mụn ơi là Mặt Mụn! Mày làm hỏng bét bè be hết rồi!

Hạt Tiêu thấp thỏm quay sang Bắp Rang, hỏi bằng giọng sắp khóc:

- Làm sao đây, Bắp Rang?

Hạt Tiêu hỏi Bắp Rang là để chờ nghe một sáng kiến thoát hiểm, bét ra cũng là một lời trấn an. Nào ngờ Bắp Rang buông một câu làm nó muốn sụm:

- Chuẩn bị lên "đoạn đầu đài" chứ làm sao!

23.

Bắp Rang không hù.

Vì nó biết chắc bí thư Đoàn Mắt Nai không đời nào khoanh tay đứng nhìn một thủ môn xuất sắc bị đuổi học lãng xẹt như thế. Nhất là bên cạnh chị Mắt Nai, lúc nào cũng có tay đội trưởng đội bóng lớp mười hai, nhiều phần chắc là đội trưởng tương lai của đội tuyển trường, tò tò đi theo tích cực làm "thầy dùi".

Và một khi chị Mắt Nai can thiệp, lý lịch của thằng Mặt Mụn chắc chắn sẽ bị khui ra, thế là mọi chuyện đổ bể tan tành chứ có gì đâu.

Không chỉ Bắp Rang thấy trước tai họa đó. Ai cũng biết là gươm sắp kề cổ. Nhưng chẳng ai biết làm cách nào để tránh. Ngoại trừ bạn.

Sau một đêm thao thức, hôm sau bạn đánh liều đi tìm chị Mắt Nai. Bạn mới trò chuyện với chị mỗi một lần hôm khai trường. Nhưng bạn hy vọng có thể năn nỉ chị "hạ thủ lưu tình" cho lớp bạn.

Bạn vừa đặt chân vào văn phòng Đoàn, chưa kịp mở miệng, chị Mắt Nai đã tủm tỉm:

- A, ngọn gió nào đưa Tóc Bím đến đây thế? Hay cái này người ta vẫn gọi là "đi chạy thuốc" đây?

Bị đối phương nói huỵch toẹt ý định, bạn đỏ bừng mặt:

- Chị lanh quá hà.

Chị Mắt Nai tròn mắt ra vẻ kinh ngạc:

- Chị mà lanh?

- Chứ còn gì nữa!

- Nếu đúng như em nói, chị đâu có ba lần bảy lượt cất công đi tìm một học sinh vốn không phải là học sinh trường mình?

Chị Mắt Nai vừa nói vừa cười nhưng bạn vẫn nghe một luồng hơi lạnh chạy dọc sống lưng. Chỉ khi nhìn thấy nét vui vẻ trên mặt chị, bạn mới bớt hồi hộp.

- Tụi em giỡn chơi chút mờ! - Bạn cười gượng gạo.

Chị Mắt Nai nhún vai:

- Giỡn hay thật gì thì các em cũng phải trao chiếc cúp lại cho đội bóng lớp mười hai.

Chuyện đó bạn đã lường trước. Trong thâm tâm bạn đang chờ đợi một sự trừng phạt nghiêm khắc hơn nhiều.

- Chỉ thế thôi? - Mắt bạn sáng lên.

- Chỉ thế thôi!

Bạn muốn chắc ăn hơn:

- Lớp em không bị kỷ luật gì hở chị?

- Không. Nhưng Hạt Tiêu sẽ bị kỷ luật Đoàn.

Bạn mếu máo:

- Chị ơi...

- Em về đi, Tóc Bím! - Chị Mắt Nai rời khỏi bàn, bước lại đặt tay lên vai bạn, giọng dịu dàng - Chị biết các em chỉ nghịch ngợm. Nhưng nếu không cảnh cáo Hạt Tiêu, bọn chị sẽ khó ăn nói với các lớp khác.

Hạt Tiêu mất chức bí thư chi đoàn. Phó bí thư Kiếng Cận lên thay.

Hạt Tiêu đón nhận tin đó với vẻ bình tĩnh:

- Chỉ sợ cả lớp bị vạ lây. Còn mình làm mình chịu là đúng rồi!

Bạn biết Hạt Tiêu chỉ nói cứng thế thôi, chứ nhìn ánh mắt nó, bạn biết nó buồn lắm.

Không chỉ bạn, cả lớp đều biết Hạt Tiêu buồn. Và thấy oan ức cho nó quá. Chuyện đưa thằng Mặt Mụn vào bắt gôn, tuy Hạt Tiêu là đứa đề xướng, nhưng những đứa khác đều hào hứng đồng lõa.

Thế mà rốt cuộc, tất cả đều thoát nạn, chỉ có Hạt Tiêu lãnh đủ.

Bắp Rang nói:

- Tội nó ghê!

Ria Mép chép miệng:

- Chẳng thà treo giò cả đội bóng.

Tóc Ngắn hừ mũi:

- Tại hai bạn cả thôi! Nếu đừng nhờ Mặt Mụn giả dạng học sinh lớp mình tới gặp chị Mắt Nai thì đâu có sinh ra lớn chuyện...

Ria Mép "xì" một tiếng:

- Nói thế mà cũng nói!

- Thôi đừng cãi nhau nữa! - Hột Mít can - Có hay không có chuyện đó thì kết cục vẫn thế thôi! Trên kia đã mò xuống tận lớp mình rồi còn gì!

Nói chung, sự kiện Hạt Tiêu bị kỷ luật khiến ai nấy buồn xo.

Nhưng người buồn nhất không phải là học sinh Ngôi Trường Mọi Khi.

Ở bên trường Mèo Con, nghe tin Hạt Tiêu bị mất chức bí thư Đoàn, Mặt Mụn đấm ngực:

- Ta hại bạn ta rồi!

24.

Mặt Mụn đấm ngực có một cái, nhưng sau đó nó đưa tay lên cốc đầu tới tám cái.

Vì nó thấy nó ngu quá. Nếu hôm gặp chị Mắt Nai, nó bảo nó sắp chuyển trường thì có lẽ mọi chuyện đã xuôi chèo mát mái rồi. Nó thực tâm muốn cứu bạn, chỉ vì vụng về mà thành ra hại bạn.

Mặt Mụn không dám gặp mặt Hạt Tiêu, nhấc điện thoại gọi cho Ria Mép:

- Hạt Tiêu buồn lắm hở mày?

Ria Mép "Ừ". Còn đế thêm:

- Tại mày đó.

Mặt Mụn đau khổ dập máy đánh "rầm". Rồi quay số Bắp Rang:

- Hạt Tiêu buồn lắm hở mày?

Bắp Rang gian ác hơn Ria Mép một bậc:

- Tao không biết. Nhưng hôm qua tao thấy nó mua chai thuốc trừ sâu.

Bắp Rang làm Mặt Mụn muốn khóc quá. Tự dưng nó thấy thương Hạt Tiêu vô vàn.

Mặt Mụn nghĩ tới nghĩ lui, không biết làm sao an ủi Hạt Tiêu. Gặp mặt thì nó không dám. Gọi điện thoại thì nửa dám nửa không. Gọi cho hai tên tiểu quỷ Ria Mép và Bắp Rang thì nghe toàn chuyện gì đâu. Lại không biết đâu là thực đâu là hư.

Cuối cùng, nó sực nhớ tới nhỏ Kiếng Cận, nhân vật vừa thế chỗ Hạt Tiêu.

Kiếng Cận vừa nhấc máy, Mặt Mụn làm một tràng:

- Kiếng Cận hả? Mình đây! Hạt Tiêu thế nào rồi? Bạn phải an ủi Hạt Tiêu đi chứ?

Kiếng Cận nổi sùng:

- Sao bạn không tới mà an ủi? Hừ, chỉ giỏi ra lệnh!

Mặt Mụn nhăn nhó:

- Mình tới được thì nói làm chi!

- Sao không được?

- Mình sợ lắm.

- Sợ gì?

- Hạt Tiêu sẽ vác guốc rượt mình chạy vắt giò lên cổ.

- Yên tâm đi! - Kiếng Cận cười - Đã lâu rồi tôi không thấy nó mang guốc!

Ngày hôm sau, Mặt Mụn lại gọi điện:

- Kiếng Cận hả? Mình đây! Hạt Tiêu bớt buồn chút nào chưa?

Hôm sau nữa:

- Kiếng Cận hả? Mình đây! Hạt Tiêu hôm nay...

Hôm sau nữa nữa:

- Kiếng Cận hả? Mình đây! Hạt Tiêu...

Ba Kiếng Cận ngạc nhiên:

- Ai gọi điện thoại hoài thế con?

- Bạn con ạ.

Mẹ Kiếng Cận thắc mắc:

- Bạn trai hay bạn gái thế?

- Dạ, bạn trai ạ.

Mặt Mụn gọi liên tục mười ngày khiến Kiếng Cận muốn điên đầu. Điên đầu nhất là cứ phải bối rối thanh minh trước ánh mắt dò hỏi của ba mẹ.

Ba mẹ Kiếng Cận chỉ hỏi nó lần đầu, những lần sau toàn đưa mắt nhìn. Nhìn còn nhột nhạt gấp mấy lần lên tiếng hỏi.

Ngày thứ mười một, Kiếng Cận nhăn nhó:

- Bạn khùng quá! Gọi thẳng cho Hạt Tiêu đi!

Mặt Mụn vẫn điệp khúc cũ:

- Mình sợ lắm!

- Sợ thì gọi cho đứa khác!

25.

Mặt Mụn gọi Tóc Ngắn. Mẹ Tóc Ngắn nói:

- Tóc Ngắn không có nhà.

Mặt Mụn gọi cho Hột Mít. Mẹ Hột Mít nhấc máy:

- Con là ai?

- Dạ, con là Mặt Mụn.

- Con học chung lớp với Hột Mít hở?

- Dạ, không ạ. Con học khác trường.

Mẹ Hột Mít kết luận ngay tại chỗ:

- Học khác trường tức không phải trao đổi chuyện bài vở rồi.

Rồi đề nghị luôn:

- Con đừng quấy rầy em nữa nhé! Để em học bài!

Mặt Mụn rét quá, cúp máy ngay tút xuỵt.

Lúc đó, nó sực nhớ tới bạn.

Nhưng ngay cả lần này, Mặt Mụn cũng chẳng gặp may.

Mẹ bạn nghe giọng lạ, hỏi:

- Con là bạn học với Tóc Bím hả con?

Bị cuộc đối thoại với mẹ Hột Mít ám ảnh, Mặt Mụn sợ run, phịa:

- Dạ, bạn cùng lớp ạ.

- Thế con tên gì?

Mặt Mụn phịa tiếp:

- Dạ, con tên... Ria Mép ạ.

- Con không phải là Ria Mép.

Lời khẳng định của mẹ bạn làm Mặt Mụn muốn xỉu. Nó đâu có biết trưa thứ năm hằng tuần thằng Ria Mép và một lô một lốc những đứa khác vẫn về nghỉ trưa ở nhà bạn.

Dĩ nhiên sau đó mẹ bạn vẫn không biết đứa mạo danh Ria Mép là ai, vì ngay khi mẹ bạn vừa phanh phui sự giả mạo kia, thằng Mặt Mụn đã quýnh quíu cắt ngay cuộc gọi.

Còn Mặt Mụn, nó bắt đầu ngồi bó gối, bắt đầu chán nản, và bắt đầu nhận ra rằng gọi cho nhỏ Kiếng Cận vẫn là tốt nhất.

Nhỏ Kiếng Cận làm sao biết được những chuyển biến phức tạp đó. Nó rất đỗi ngạc nhiên khi nghe tiếng Mặt Mụn ở bên kia đầu dây:

- Gì nữa đây?

- Mình muốn hỏi thăm Hạt Tiêu ấy mà.

- Sao bạn không hỏi mấy đứa kia?

- Hỏi rồi.

- Hỏi rồi sao còn gọi tôi?

- Tôi toàn gặp ba mẹ các bạn đó không hà.

- Chứ bạn không sợ gặp ba mẹ tôi hả?

- Ở nhà bạn hình như bạn là người đầu tiên nhấc máy! - Mặt Mụn bối rối giải thích.

- Ra thế! - Kiếng Cận cười khẩy - Cho bạn biết, từ ngày mai trở đi tôi sẽ là người nhấc máy cuối cùng.

Mặt Mụn tái mặt:

- Đừng mà, Kiếng Cận!

Nhỏ Kiếng Cận chỉ dọa thế thôi. Chứ nó vẫn thấy tội thằng Mặt Mụn quá. Cho nên suốt hơn một tháng trời sau đó, ngày nào nó cũng phải bấm bụng trò chuyện với Mặt Mụn. Tất nhiên là về một đề tài duy nhất: Hạt Tiêu.

Bây giờ thì ba mẹ Kiếng Cận đã biết người gọi điện là ai và gọi để làm gì.

Vì vậy câu hỏi dành cho con mình cũng thay đổi:

- Vẫn Mặt Mụn gọi hở con?

- Dạ.

- Vẫn hỏi thăm sức khỏe của Hạt Tiêu hở?

- Dạ.

- Lạ lùng thật!

Ba mẹ Kiếng Cận thấy lạ là phải.

Ngay Kiếng Cận cũng vậy thôi. Những ngày đầu nó cũng thấy lạ quá đi.

Nhưng những ngày sau, nó cảm thấy bớt lạ.

Vì qua những ngày sau, Mặt Mụn không chỉ hỏi thăm sức khỏe Hạt Tiêu. Mà giọng nó dần dần ra chiều tâm sự:

- Kiếng Cận nè.

- Gì?

- Nhỏ Hạt Tiêu ấy mà.

- Nhỏ Hạt Tiêu sao?

- Tội nó ghê há?

- Ừ.

Đó là điệp khúc của tuần lễ thứ hai. Thằng Mặt Mụn "tội" nhỏ Hạt Tiêu suốt bảy ngày. Sang ngày thứ tám, mẫu câu khác một chút:

- Kiếng Cận nè.

- Gì?

- Nhỏ Hạt Tiêu ấy mà.

- Nhỏ Hạt Tiêu sao?

- Năm nay thấy nó xinh quá há?

Kiếng Cận hừ mũi:

- Có chuyện gì không?

- À, không... không...

Tuần lễ thứ tư, Mặt Mụn thôi đánh giá hình thức. Nó chuyển qua nhận xét nội dung:

- Kiếng Cận nè.

- Biết rồi! Nhỏ Hạt Tiêu sao? - Kiếng Cận ngán ngẩm quá, hỏi độp luôn.

- Tinh tình nó cũng được quá chứ hả?

- Bộ bạn hết chuyện nói rồi hả?

- Còn cả đống.

Mặt Mụn nói thật. Chuyện quan trọng nhất nó đã thổ lộ ra đâu.

Và nó đã không thổ lộ suốt một thời gian dài. Mãi đến tuần thứ tám, nó mới ấp úng:

- Kiếng Cận nè.

- *Biết rồi, khổ lắm, nói mãi!* - Kiếng Cận nhăn nhó cắt ngang - Để tôi nói giùm bạn xem có đúng không nghen: Tội nhỏ Hạt Tiêu *quá há?* Năm nay thấy nó xinh *quá ha?* Tính tình nó cũng được *quá hả?*

Mặt Mụn nuốt nước bọt:

- Bữa nay có thêm câu mới.

- Câu gì?

- Tôi nhớ nó *quá hà!*

- Trời!

26.

Một cuộc đối thoại có nội dung quan trọng như vậy lẽ ra không kết thúc đột ngột chỉ sau mấy câu ngắn ngủn, nhưng lúc đó do quá bất ngờ, nhỏ Kiếng Cận làm rớt cái ống nghe xuống đất, suýt nữa bể tan tành.

Nhưng dù lúc đó cái điện thoại có bể làm nghìn mảnh, nhỏ Kiếng Cận cũng sẵn sàng ăn mừng.

Vì đó là cuộc gọi cuối cùng của thằng Mặt Mụn dành cho số máy nói của nó.

Tất nhiên không phải tự dưng thằng Mặt Mụn thôi "tra tấn" Kiếng Cận.

Ấy là do hôm sau lên lớp, Kiếng Cận ngoắt Hạt Tiêu ra một chỗ khuất.

- Gì thế Kiếng Cận? - Hạt Tiêu tò mò hỏi, thái độ thậm thụt của Kiếng Cận làm nó ngạc nhiên quá.

- Thằng Mặt Mụn ấy mà.

- Nó vẫn hỏi thăm mình chứ gì?

- Ừ.

Hạt Tiêu nhún vai:

- Có gì nghiêm trọng đâu!

- Nghiêm trọng lắm! - Nhỏ Kiếng Cận liếm môi - Lần này hỏi thăm sức khỏe xong, nó bảo nó nhớ bạn quá.

- Xạo đi! - Hạt Tiêu đỏ mặt.

- Thật đó.

- Nó nhớ bạn thì có!

Tới phiên nhỏ Kiếng Cận đỏ mặt:

- Bạn nói gì lạ vậy?

- Không phải sao! Nếu nhớ mình sao nó không gọi cho mình mà lại gọi cho bạn.

- Ai biết! Bạn đi mà hỏi nó!

Kiếng Cận nói lẫy. Nhưng Hạt Tiêu lại làm thật.

Tối đó, nó gọi điện thoại cho Mặt Mụn. Chả ai biết hai bên nói với nhau những gì mà kể từ hôm đó, Mặt Mụn không quấy rầy Kiếng Cận nữa.

Kiếng Cận đem chuyện đó khoe với cả nhóm. Rồi sung sướng thở phào:

- Ba mẹ mình từ nay sẽ ăn ngon ngủ yên!

Ria Mép gật gù:

- Còn ba mẹ Hạt Tiêu từ nay sẽ mất ăn mất ngủ!

Kiếng Cận chớp mắt:

- Bạn nghĩ thế ư?

- Tự nhiên là thế, chả cần phải nghĩ! - Ria Mép nhún vai như một triết gia - Khi tiếng chuông điện thoại ngưng bặt ở nhà bạn có nghĩa là nó đang reo ầm ĩ ở một nơi nào đó!

Bắp Rang vỗ đùi đánh đét:

- Vô cùng chí lý! Môn giáo dục công dân từng nói rõ: Vật chất không mất đi, chỉ biến đổi và chuyển hóa từ cái này sang cái khác!

Rồi nó cất tiếng than:

- Ôi, tội nghiệp quá!

Kiếng Cận ngẩn ngơ:

- Tội nghiệp ai?

- Ba mẹ Hạt Tiêu chứ ai!

Ria Mép và Bắp Rang chẳng kiêng kỵ gì nhỏ Hạt Tiêu đang ngồi đó, cứ thoải mái bô bô.

Nhưng Hạt Tiêu vẫn tỉnh rụi. Nó chẳng giận. Cũng chẳng thèm mắc cỡ tí ti. Từ đầu đến cuối nó chỉ ngồi tủm tỉm cười.

Tóc Ngắn thúc tay vào hông Hạt Tiêu:

- Còn cười nữa! Phản kích lại đi chứ!

Hạt Tiêu lắc đầu:

- Không cần!

- Tại hai tên tiểu quỷ đó nói trúng phóc chứ gì?

Tóc Ngắn hỏi trêu, không ngờ Hạt Tiêu thẳng thắn gật đầu:

- Gần như thế!

Rồi đưa mắt nhìn sang chỗ Kiếng Cận, đột nhiên nó mỉm cười:

- Ba mẹ mình mấy hôm nay đúng là thất điên bát đảo!

27.

Sau bữa đó, ai cũng bảo nhỏ Hạt Tiêu bản lĩnh ghê hồn.

Hai thằng Ria Mép và Bắp Rang bình luận nhí nhố như thế mà nó tỉnh như không. Làm như hai thằng này đang trêu chọc ai chứ không phải trêu chọc nó. Còn khẳng khái thừa nhận chuyện đó có thật nữa chứ!

Kiếng Cận chép miệng:

- Đúng là bé hạt tiêu.

Bạn cười:

- Con nhỏ này tẩm ngẩm tầm ngầm mà ghê thật!

Tóc Ngắn thắc mắc:

- Nhưng hằng ngày hai đứa nó nói với nhau những gì qua điện thoại há?

Hột Mít nhìn Tóc Ngắn, nghi ngờ:

- Bạn không biết thật hở?

- Thật.

Hột Mít tò mò:

- Chứ Bảnh Trai và bạn thường nói với nhau những gì?

- Tụi này nói như mọi người vẫn nói thôi.

Bạn cười:

- Ví dụ vài câu coi!

Tóc Ngắn vỗ trán:

- Để từ từ nhớ nha! À, mình nói "Xách cặp giùm đi", Bảnh Trai nói "Ừ". Một lát Bảnh Trai nói "Xuống tới đất rồi", tới phiên mình "Ừ".

Hột Mít gập bụng cười:

- Còn tệ hơn hai đứa con trai nói với nhau. Ria Mép và Bắp Rang trò chuyện còn nghe tình cảm hơn nhiều!

Bạn nhướn mắt:

- Tóc Ngắn không dóc tổ đấy chứ?

- Không hề.

Tóc Ngắn xác nhận, bạn bè tin ngay. Vì xưa nay nó chưa từng sợ ai. Nên không cần giấu giếm điều gì.

Bảnh Trai nghe được mẩu chuyện đó, buồn thỉu buồn thiu. Thật chưa có ai khờ như con nhỏ Tóc Ngắn. Nó thích Tóc Ngắn, ai cũng thấy. Chỉ mỗi Tóc Ngắn hình như không thấy. Hoặc thấy, nhưng chỉ thấy chút chút, thấy bề ngoài. Thấy vậy cũng như chẳng thấy gì.

Cho nên Tóc Ngắn nhìn mối quan hệ giữa nó và Bảnh Trai bằng ánh mắt vô cùng khô khan. Và bình luận về mối quan hệ đó bằng lời lẽ cũng vô cùng khô khốc.

Để cải thiện tình hình, tuần đó Bảnh Trai xung phong đi trực thư viện nhà trường. Trực thư viện mỗi lớp cử hai người. Dĩ nhiên Bảnh Trai xin được trực chung với Tóc Ngắn.

Đối với Tóc Ngắn, chuyện thằng Bảnh Trai đi tò tò theo nó là chuyện bình thường. Cho nên nó chẳng hề thắc mắc. Chỉ nói:

- Lát nữa bạn tìm sách là chính, tôi chỉ ngồi dán sách thôi nghen!

- Ừ. Bạn cứ ngồi yên một chỗ đi, chuyện khác để tôi lo!

Bảnh Trai hăng hái đáp. Khi nói như vậy, nó khoái chí lắm. Vì được làm vừa lòng Tóc Ngắn.

Phải một lát sau, nó mới biết là nó dại. Nó xin theo nhỏ Tóc Ngắn đi trực thư viện đâu phải vì nhiệt tình lục lọi các ngăn tủ kiếm sách cho bạn bè mượn. Nó chỉ kiếm cớ để được ở cạnh nhỏ Tóc Ngắn hòng tâm sự thôi mà.

Nhưng theo như sự phân công của nhỏ Tóc Ngắn, suốt gần hai tiếng đồng hồ, nó chẳng có lúc nào ngồi cạnh nhỏ Tóc Ngắn được quá một phút.

Học sinh các lớp ra vô liên tục, trong khi nhỏ Tóc Ngắn ngồi lì một chỗ chí thú với trò dán sách nhàn nhã, nó phải lăng xăng chạy hết đầu này tới đầu khác. Chạy tìm sách một hơi, hai đầu gối nó rung rinh còn hai con mắt rõ ràng là muốn rớt ra ngoài.

Nhưng đó không phải là điều quan trọng nhất. Quan trọng nhất là: Như vậy thì có nói quái được gì đâu!

28.

Dẫu sao, ngày hôm đó cũng không phải là ngày xui tận mạng của Bảnh Trai.

Còn hai mươi phút hết giờ trực, khách mượn sách tản dần.

Còn mười lăm phút hết giờ trực, Bảnh Trai đã sung sướng chễm chệ trên chiếc ghế bên cạnh Tóc Ngắn.

Tóc Ngắn nhìn qua, khen:

- Bữa nay có bạn, đỡ ghê!

Bảnh Trai chộp ngay cơ hội:

- Lần sau tới phiên trực thư viện, tôi và bạn đi nữa!

- Lâu lắm! Còn xoay vòng nữa chi!

Nhắc nhở của Tóc Ngắn khiến Bảnh Trai thở hắt ra. Mặt nó lập tức xịu xuống.

Tóc Ngắn nhìn lom lom vào mặt bạn, ngạc nhiên:

- Bộ bạn thích đi trực thư viện lắm hả?

- Đương nhiên rồi! - Bảnh Trai khấp khởi đáp, thấy cơ hội đột nhiên quay trở lại.

- Vậy tuần sau tới phiên Hột Mít trực, bạn kêu nó dẫn bạn đi!

Vừa tươi lên được một chút, Bảnh Trai đã lại ỉu xìu:

- Thế thì nói làm gì!

Tóc Ngắn không hiểu:

- Sao lại không nói làm gì?

Vẻ hồn nhiên của Tóc Ngắn khiến Bảnh Trai méo xệch miệng. Nó không biết phải nói như thế nào với con nhỏ khờ khạo này.

Đã vậy, trong khi nó đang nhăn mày nhíu trán, Tóc Ngắn lại cầm tay nó lay lay:

- Làm gì trầm ngâm lâu lắc vậy? Trả lời đi chứ!

Bảnh Trai không trả lời, chính xác là không biết làm sao trả lời. Nó tặc lưỡi, lảng sang chuyện khác:

- Tóc Ngắn nè.

- Gì?

- Tôi hỏi bạn điều này nha.

- Hỏi đi!

Bảnh Trai chớp mắt:

- Ở trên đời bạn quý mến ai nhất?

- Tất nhiên mình quý mến ba mẹ mình nhất! - Tóc Ngắn đáp không cần suy nghĩ.

Bảnh Trai gật gù, đi bước thứ hai:

- Thế ngoài ba mẹ bạn?

- Là ông nội mình.

Bảnh Trai liếm môi:

- Ngoài ông nội bạn?

- Là thầy Bàng.

- Ngoài thầy Bàng?

- Là thằng Mí.

- Thế ngoài thằng Mí?

- Là con Mi.

Bảnh Trai thấy Tóc Ngắn hào hứng kể lần lượt hết người thân này đến người thân khác, nó bồn chồn quá, chẳng biết chừng nào cái danh sách đó mới chấm dứt, liền sốt ruột hỏi tắt ngang:

- Thế còn tôi, Tóc Ngắn có quý mến không?

- Sao lại không? - Tóc Ngắn trợn mắt - Bạn bè mà không quý mến, còn quý mến ai!

Được Tóc Ngắn liệt vô hàng quý mến mà sao Bảnh Trai chẳng thấy vui. Cái kiểu ban phát tình cảm của nó sao thấy tràn lan quá. Bạn bè thì cả chục đứa chứ đâu phải mình Bảnh Trai này!

- Bộ Tóc Ngắn sắp tôi đồng hạng với Ria Mép, Bắp Rang, Kiếng Cận, Tóc Bím hở? - Bảnh Trai nhún vai, giọng bất bình.

Tóc Ngắn nhận ra ngay. Nó toét miệng cười:

- Phân bì hả? Thôi để tôi nâng bạn lên hạng bảy, trả

công bạn giúp đỡ tôi lâu nay. Còn mấy bạn kia đồng hạng tám.

Xếp hạng bảy tức chỉ xếp sau ba mẹ, ông nội, thầy giáo và hai đứa em của Tóc Ngắn, như vậy là được ưu đãi quá rồi, chẳng còn chi để đòi hỏi nữa! Bảnh Trai hí hửng nhẩm trong đầu và bắt đầu ba hoa:

- Hai đứa em của Tóc Ngắn học lớp mấy rồi? Chắc tụi nó học giỏi lắm há?

- Hai đứa em nào? - Tóc Ngắn ngơ ngác - Mình là con một, làm gì có em!

Câu hỏi lại của Tóc Ngắn khiến Bảnh Trai chưng hửng:

- Ủa, chứ con Mi nào đó?

Tóc Ngắn cười hì hì:

- Con Mi là con mèo nhà mình.

Bảnh Trai tái mặt:

- Vậy thằng Mí...

- Là con chó nhà mình.

Sém chút nữa, Bảnh Trai đã rớt ra khỏi ghế. Trong một thoáng, nó thấy mặt đất quay ào ào dưới chân. Con nhỏ ác nhơn này nó xếp mình sau cả con chó con mèo nhà nó thì còn thổ lộ gì được nữa hở trời!

Tóc Ngắn đâu có đọc được tâm trạng của Bảnh Trai. Thấy thằng này lảo đảo muốn ngã, nó quýnh quíu quay về phía cô thủ thư ngồi ở góc phòng:

- Cô ơi cô, cho em mượn chai dầu gió đi cô!

29.

Bạn khác với Hạt Tiêu và Tóc Ngắn. Bạn không làm cho đứa bạn trai nào phải xức dầu gió vì bạn.

Bắp Rang và Ria Mép là những tên tiểu quỷ đáng yêu, không chỉ với bạn mà với cả Kiếng Cận, Hạt Tiêu, Tóc Ngắn, Hột Mít.

Gần đây, bạn chơi thân với Răng Chuột. Răng Chuột lúc nào cũng sẵn sàng giúp đỡ bạn nhưng tuyệt nhiên không kiếm cớ đi trực thư viện chung với bạn.

Trong giờ thể thao cũng thế, bạn đăng ký học bơi, Răng Chuột đăng ký học judo. Chứ không như Bảnh Trai, đang học bơi, thích Tóc Ngắn liền bỏ ngang, xin chuyển qua học judo chung với con nhỏ ưa đấm đá này.

Nhưng tình bạn giữa bạn với Răng Chuột vẫn có điều gì đó không hoàn toàn thân thiện và cởi mở như với Ria Mép hoặc Bắp Rang.

Ấy là tại vì Răng Chuột ít nói quá. Ở điểm này, nó hoàn toàn trái ngược với tụi Bắp Rang, Bảnh Trai, Ria Mép.

Răng Chuột chỉ nói những gì nó cho là cần thiết. Đại loại như "Bạn có đem cuốn bài tập hình học theo đó không?", "Ngày mai lớp mình bắt đầu trực đội Sao Đỏ hở?".

Răng Chuột chỉ hỏi những gì nó cần, nó quên. Mà những chuyện như thế thì ít xỉn xìn xin.

Ở lớp, hầu như Răng Chuột chẳng chơi thân với ai. Ngay cả bạn, đôi khi bạn cũng chẳng rõ nó có thân với bạn hay không, mặc dù ngày nào nó cũng xách cặp giùm bạn lên xuống cầu thang một cách vui vẻ.

Do đó, chẳng có gì ngạc nhiên nếu Răng Chuột là một đứa không tích cực tham gia các phong trào của lớp. Trừ một chân trong đội bóng đá, còn thì nó xù tất.

Văn nghệ không.

Báo tường không.

Câu lạc bộ sinh ngữ cũng không.

Các cuộc đi chơi do lớp tổ chức, nó chẳng bao giờ có mặt.

Mới đây, cả lớp rủ nhau đi Đầm Sen. Bạn hỏi Răng Chuột:

- Lần này bạn đi chứ?

- Không.

- Sao bạn chẳng khi nào đi chơi với lớp thế?

Răng Chuột giở lý do quen thuộc:

- Mình còn nhỏ em gái ở nhà.

Câu trả lời của Răng Chuột xưa như trái đất. Nó còn mấy câu xưa như trái đất nữa. Bạn biết nếu bạn hỏi tiếp "Chứ mẹ bạn đâu?", chắc chắn nó sẽ bảo "Mẹ mình ở chỗ khác", nếu bạn tiếp tục hỏi "Còn ba bạn?", nó sẽ lại bảo "Ba mình ở chỗ khác nữa".

Biết vậy nên bạn không hỏi. Mà đề nghị:

- Hôm nào mình đến nhà bạn chơi nhé!

- Ờ... ờ...

Răng Chuột ấp úng. Cái lối ậm ừ của nó chả rõ là đồng ý hay không.

- "Ờ, ờ" là sao? - Bạn nhìn chằm chằm vào mặt Răng Chuột - Như vậy là bạn đồng ý rồi phải không?

- Ờ... ờ...

- Vậy hôm nào mình ghé chơi được?

- Ờ... ờ...

Lần này thì tiếng "ờ, ờ" kia bắt buộc bạn cau mày:

- "Ờ, ờ" là hôm nào?

- Hôm nào hở? - Răng Chuột bối rối gãi cổ - Cái đó mình phải... sắp xếp.

Bạn phì cười:

- Cái gì mà sắp xếp? Mình có phải là nguyên thủ quốc gia chuẩn bị đi thăm nước láng giềng đâu!

Trêu như vậy, nhưng bạn không muốn dồn thằng Răng Chuột vào chân tường.

Bạn chờ nó "sắp xếp".

Nhưng lâu thật lâu, bạn chẳng thấy nó "sắp xếp" gì cả.

- Sao sắp xếp lâu thế?

- Chưa được! Mình đang chuẩn bị dọn sang chỗ ở mới.

Một thời gian sau, bạn hỏi:

- Dọn nhà xong chưa?

- Xong rồi.

- Vậy ngày mai mình đến chơi nhé.

Răng Chuột lắc đầu:

- Chưa được đâu.

Bạn nhíu mày:

- Sao chưa được?

- Mình sắp chuyển sang chỗ ở khác nữa.

Răng Chuột làm bạn ngẩn ngơ quá đỗi:

- Chuyển gì chuyển hoài vậy?

- Ừ.

Bạn chán quá, không buồn chờ Răng Chuột "sắp xếp" nữa.

Hôm sau tan học, bạn kêu Ria Mép chở bạn bám theo Răng Chuột.

- Con gái bám theo con trai? - Ria Mép trợn mắt - Bạn định bắt chước Tóc Ngắn hôm nọ hở?

- Mình muốn biết nhà Răng Chuột ở đâu.

- Chi vậy?

- Nó bảo nó phải ở nhà trông em nên chẳng bao giờ đi chơi với lớp được. Mình muốn biết có đúng thế không.

Ria Mép nhớ ra, cũng lấy làm tò mò quá. Thế là nó gò lưng chở bạn rượt theo thằng Răng Chuột.

30.

Ria Mép là đứa tinh quái. Nhưng ngay trong lúc đó, nó không biết ở đằng sau lưng nó, thằng Bắp Rang cũng đang chở nhỏ Kiếng Cận đuổi theo nó và bạn. Tại vì hành động của nó và bạn bữa nay trông khác thường quá mà.

Dù sao Ria Mép và bạn cũng còn đỡ. Ria Mép và bạn chỉ có hai cái đuôi. Trong khi thằng Răng Chuột có tới bốn cái đuôi. Mà vẫn cắm cúi đạp xe, tuyệt nhiên chẳng hay biết gì.

Sau khi ngoặt chừng chục góc phố, Răng Chuột tuôn vào một con đường nhỏ, và cuối cùng, chui tọt vào một ngôi nhà khá lớn ven đường.

Bạn đập tay lên lưng Ria Mép:

- Ngừng lại đi. Nhà Răng Chuột đây rồi.

Ria Mép ngừng xe, chống chân xuống đất nhướn cổ nhìn vào bên trong.

Đang nghiêng ngó, nó bỗng lùi vội xe lại, hốt hoảng:

- Hụp người xuống đi! Đây là bãi gửi xe.

Bây giờ bạn mới nhìn thấy trong căn nhà đó chật cứng những xe là xe. Lúc này, Răng Chuột đang từ phía trong tà tà thả bộ đi ra.

May mà nó đang cúi đầu rảo bước nên không thấy Ria Mép và bạn.

Răng Chuột bước dọc hè phố một đoạn rồi quẹo vào một cầu thang nhỏ tối om om dẫn lên tầng trên của một căn hộ tập thể.

Bạn thì thầm:

- Giờ sao?

Ria Mép nói:

- Tóc Bím đứng đây, tôi vào gửi xe.

Một lát, Ria Mép và bạn lần tới chân cầu thang, mò mẫm leo lên.

Đặt chân lên lầu một, bạn bối rối nhìn quanh. Trước mặt bạn và Ria Mép có tới ba bốn ngả rẽ, chẳng biết phải đi ngả nào.

- Quẹo hướng nào đây Ria Mép?

- Quẹo trái.

- Sao bạn biết Răng Chuột ở bên trái?

- Tôi có biết gì đâu! - Ria Mép cười khì khì - Quẹo trái không có, lát quẹo phải. Quẹo phải không có thì đi thẳng. Đi thẳng không có thì...

- Nói như bạn! - Bạn bực mình cắt ngang - Theo mình...

Nhưng bạn cũng không có dịp nói hết câu.

Vì ngay lúc đó, có tiếng Răng Chuột từ căn phòng bên cạnh, ngay đầu cầu thang, rì rầm vọng ra.

Bạn và Ria Mép lập tức im bặt, ngoảnh mặt về phía có tiếng nói.

Đập vào mắt cả hai là hàng chục viên gạch thẻ xếp song song chạy dọc theo bức tường từ ngoài vào trong tạo thành một dãy dài các lỗ thông gió. Tiếng Răng Chuột vọng ra qua các khe hở này.

Không hiểu sao khi về đây ở, Răng Chuột không căng rèm che lại hoặc lấy giấy báo dán bít các lỗ thông gió này đi! Hay nó cố tình để vậy cho mát? Bạn nghĩ thầm và ghé mắt vào ô tò vò cao nhất, nhìn vào bên trong.

Ria Mép kê mắt vào ô kế bên, cười nói:

- Tôi ô thứ hai nhé!

- Còn mình ô thứ ba! - Tiếng Kiếng Cận thình lình vang lên khiến Ria Mép và bạn giật đánh thót.

Chưa kịp hoàn hồn, Ria Mép và bạn đã giật mình lần thứ hai. Vì tiếng thằng Bắp Rang đã tiếp ngay sau đó:

- Hì hì, còn tôi ô thứ tư!

31.

Đó là một căn phòng chật chội. Sát tường là sợi dây phơi, quần áo vắt ngổn ngang. Ở góc phòng là cái bếp dầu, rổ chén và các thứ soong nồi. Ở góc khác, một cái kệ gác giày chất đầy sách tập. Một cái bàn học thấp tè ở giữa nhà, chỏng chơ bên cạnh hai chiếc ghế con. Cuối cùng, hai tấm chiếu trải trên sàn, để ngủ. Hết.

Đó là căn hộ mới nhất của Răng Chuột, theo như nó nói.

Và trong căn hộ đó, quả thật chỉ có hai người. Bây giờ thì bạn tin rằng Răng Chuột không phịa chuyện.

Lúc này, em gái Răng Chuột đang loay hoay với cái bếp dầu ở góc nhà. Còn Răng Chuột thì ngồi trên chiếc ghế con ở giữa nhà, mặt quay về phía em mình:

- Mấy giờ em đi học?

- Một giờ kém mười lăm.

- Vậy em sửa soạn tập vở đi! - Vừa nói Răng Chuột vừa đứng lên - Để anh hâm thức ăn cho.

- Em làm được mà! - Cô em nói - Anh nghỉ ngơi đi. Chiều anh còn phải đi dạy kèm nữa chi.

Răng Chuột bước lại ngồi xuống bên em, tay sắp chén đũa ra tờ giấy báo trải sẵn trên sàn, cười nói:

- Bốn giờ rưỡi anh mới đi lận. Để anh phụ cho.

Ở bên ngoài, bạn và Ria Mép đưa mắt ngó nhau. Bắp Rang và Kiếng Cận cũng đưa mắt ngó nhau.

Không đứa nào ngờ nhà thằng Răng Chuột nghèo đến thế. Và tình cảm giữa hai anh em nó thật cảm động quá chừng.

- Hồi sáng em gặp ba! - Em gái Răng Chuột khoe với anh, khi nói câu đó cặp mắt nó long lanh khác thường.

Răng Chuột thoáng giật mình:

- Ba đến trường em à.

- Ừ. Ba đến trong giờ chơi.

- Ba có nói gì không?

Hai gò má cô em hồng lên:

- Ba bảo em ráng học. Ba còn cho em một cây viết.

Răng Chuột thận trọng dặn, và tụi bạn nghe rõ nó đang thở dài:

- Nhớ đừng để cho mẹ biết đấy.

Cô em phụng phịu:

- Em không hiểu. Tại sao mẹ không muốn cho anh em mình gặp ba?

Thằng Răng Chuột khẽ nhăn mặt, chắc tại câu hỏi của em nó khó quá.

- Đó là chuyện của người lớn. Ngay cả anh cũng không hiểu.

Răng Chuột ngoảnh mặt ra phía khác, tặc lưỡi đáp.

Phía khác đó chính là phía bờ tường có các lỗ thông gió. Vì vậy, Ria Mép, Bắp Rang, Kiếng Cận và bạn liền hoảng hồn hụp đầu xuống.

Và cứ đứng lom khom như vậy, bốn cái đầu chụm vào nhau:

- Sao giờ?

- Về chứ sao!

- Không vào nhà chơi à?

- Không nên. Anh em nó đang tâm sự.

Cả bốn lục tục leo xuống cầu thang và lặng lẽ nối đuôi nhau đi về phía bãi gửi xe.

Ngay cả khi đạp xe về, cũng chẳng đứa nào mở miệng. Tụi nó thấy tội anh em thằng Răng Chuột quá. Chẳng có ba, chẳng có mẹ, chỉ hai anh em lủi thủi với nhau.

Răng Chuột tối tối còn phải đi dạy thêm để kiếm tiền nuôi em. Hèn gì bài vở ở lớp có bữa thuộc có bữa không.

Mãi đến lúc sắp chia tay, bí thư chi đoàn Kiếng Cận mới cất tiếng than:

- Trước nay mình trách oan Răng Chuột rồi.

32.

Từ bữa đó, lớp phó trật tự là bạn bớt cằn nhằn Răng Chuột về tội đi trễ.

Lớp phó học tập Bảnh Trai bớt làu bàu Răng Chuột về tội không thuộc bài.

Lớp trưởng Hột Mít bớt đòi xách tai Răng Chuột về tội không chịu tham gia các phong trào của lớp.

Thằng Răng Chuột nhận ra ngay những thay đổi đó. Và không hiểu tại sao.

Cũng như nó không hiểu hàng loạt chuyện khác nữa xảy ra vào những ngày tiếp theo.

Chẳng hạn một hôm, bạn rút từ trong cặp ra một cây bút xóa mới tinh, chìa sang:

- Cho bạn nè.

- Ở đâu vậy?

- Chú mình mua cho.

- Bạn giữ mà xài.

Bạn đập tay lên chiếc cặp:

- Mình còn một cây trong này.

Răng Chuột cười sung sướng:

- Cảm ơn nhé.

Hôm khác, Hạt Tiêu bước lại:

- Răng Chuột ơi.

- Gì thế Hạt Tiêu?

- Bạn thích cái này không?

Vừa nói Hạt Tiêu vừa chìa ra một cuốn sổ đẹp thật đẹp.

Hết Hạt Tiêu tới Tóc Ngắn.

Tóc Ngắn là một con nhỏ háu ăn nên trong cặp bao giờ cũng có một món gì đó. Nó giúi vào tay Răng Chuột một gói xôi:

- Xôi gấc nè. Ngon lắm đó.

Lần này thì Răng Chuột thấy mắc cỡ quá, tại dính đến ăn uống mà. Nó lắc đầu:

- Tóc Ngắn ăn đi. Tôi ăn sáng rồi.

- Bạn ăn rồi thì để dành trưa ăn! - Tóc Ngắn cố nhấn gói xôi vào tay Răng Chuột.

Thằng này đành phải cầm lấy. Nó cầm lấy mà mặt đỏ bừng. Đỏ vì xấu hổ cũng có, mà đỏ vì cảm động cũng có.

Sau Tóc Ngắn là những đứa khác.

Hột Mít tặng Răng Chuột một cục gôm.

Kiếng Cận tặng Răng Chuột một con mèo bằng vải.

Lúc Kiếng Cận chìa con mèo vải ra, Răng Chuột ngó sững món quà:

- Gì thế?

- Còn không biết hả? - Kiếng Cận nheo mắt - Mèo đấy!

Hết ngó sững món quà, Răng Chuột lại ngó sững người tặng quà:

- Bạn trêu tôi hở? Mèo để bắt chuột chứ gì!

Kiếng Cận mỉm cười:

- Mình không ác ý thế đâu. Con mèo này không phải dành cho bạn, mà cho em gái bạn.

Răng Chuột thoáng ngẩn ngơ:

- Sao bạn biết tôi có em gái?

Đang hứng khởi, Kiếng Cận quên phắt cảnh giác. Nó hào hứng khoe:

- Mình không những biết bạn có em gái, mà còn biết tối tối bạn vẫn đi dạy thêm nữa cơ đấy.

Mặt Răng Chuột tái xanh:

- Bạn...

- Việc gì bạn hốt hoảng thế. Chẳng lẽ nghị lực của bạn không đáng để cho bọn mình khâm phục sao? - Kiếng Cận ngó thẳng vào mặt Răng Chuột, nói giọng điềm tĩnh.

Như không chịu nổi cái nhìn của người bạn gái, Răng Chuột hấp tấp ngó lơ chỗ khác.

Và trong lúc quay mặt đi như thế, giọng nó bỗng nhiên thấp xuống:

- Bạn đừng nói cho em gái tôi biết nhé!

- Đừng nói chuyện gì?

- Chuyện tôi đi dạy thêm ấy mà.

- Ừ.

Kiếng Cận gật đầu, mặc dù nó không hiểu tại sao Răng Chuột lại dặn nó một câu kỳ cục như vậy. Em gái Răng Chuột chẳng đã biết anh trai mình mỗi ngày phải ra khỏi nhà vào lúc bốn giờ rưỡi chiều để đi dạy kèm đó sao!

33.

Bây giờ thì Răng Chuột rõ rồi. Rõ tại sao bỗng dưng bạn bè đối xử với nó khác thường như vậy.

Nó chỉ không rõ tụi bạn làm cách nào biết được hoàn cảnh của nó thôi.

Nó xích lại gần bạn, giọng băn khoăn:

- Tóc Bím nè.

- Gì?

- Làm sao Kiếng Cận biết tôi có em gái?

- Mình nói.

- Nhưng tôi đâu có nói với bạn là tôi đi dạy thêm?

- Ừ, chuyện này thì bạn không nói.

Răng Chuột thắc mắc:

- Vậy sao Kiếng Cận lại biết?

Bạn tặc lưỡi:

- Có thể Kiếng Cận tình cờ trông thấy.

Răng Chuột nhíu mày, lẩm bẩm:

- Lạ thật đấy!

Khi lẩm bẩm như vậy, trông nó có vẻ bồn chồn lắm.

Bạn thấy tội tội, liền nhoẻn miệng cười:

- Đùa đấy thôi! Hôm nọ Ria Mép, Bắp Rang, Kiếng Cận và mình có đến nhà bạn.

- Đến nhà tôi? - Răng Chuột tròn xoe mắt.

- Ừ.

- Hôm nào?

Bạn nói hôm.

Răng Chuột bán tín bán nghi:

- Đường nào?

Bạn nói đường.

Răng Chuột thở ra:

- Thảo nào!

Rồi nó nhìn bạn, giọng trách móc:

- Theo dõi hén?

Bạn trề môi:

- Ai bảo bạn khất lần khất lữa chi!

Răng Chuột thở ra lần thứ hai:

- Chỗ tôi ở chật chội quá, không tiện tiếp khách.

Bạn nhún vai:

- Mình không phải là khách. Mình là bạn bè.

Răng Chuột mỉm cười:

- Bạn bè mà đứng ngoài cửa nghe lỏm, không chịu vào nhà.

- Tụi này đâu có cố ý! - Bạn bối rối đáp, mặt ửng đỏ.

- Tôi nói chơi ấy mà! - Răng Chuột vội vàng nói - Đã biết nhà rồi thì hôm nào rảnh bạn cứ ghé chơi.

- Trưa thứ năm này nhé.

- Ừ, trưa thứ năm.

34.

Khi nói như vậy, Răng Chuột nghĩ rằng chỉ có một mình bạn đến thăm căn nhà chật chội của nó.

Trưa thứ năm, lúc tan học, nghe bạn nói:

- Răng Chuột về trước đi, mình sẽ tới sau.

Nó vẫn đinh ninh thế.

Răng Chuột không ngờ khi nó vừa đạp xe đi, Bảnh Trai, Bắp Rang, Ria Mép, Hột Mít, Hạt Tiêu, Tóc Ngắn, Kiếng Cận và bạn, cả tám mạng chất lên chiếc taxi quen thuộc, tà tà đuổi theo.

Hôm qua bạn đã nói với mẹ bạn rồi:

- Trưa mai, tụi con không về nhà nha mẹ.

- Tụi con đi đâu vậy?

- Tụi con tới thăm nhà bạn Răng Chuột.

- Mẹ nhớ rồi! - Mẹ bạn gật đầu - Bạn Răng Chuột vẫn giúp con xách cặp lên xuống cầu thang chứ gì?

- Dạ.

Mẹ bạn nhíu mày:

- Tụi con kéo nhau đi đông như vậy, đã xin phép ba mẹ bạn ấy chưa?

- Ba mẹ bạn Răng Chuột không ở chung với bạn ấy, mẹ à! - Bạn đáp, giọng bất giác nghẹn lại.

Mẹ bạn ngạc nhiên:

- Thế bạn ấy ở với ai?

- Bạn ấy ở với em gái! - Rồi tự nhiên bạn nói thêm - Bạn ấy phải đi dạy thêm để kiếm tiền nuôi em đó mẹ.

- Giỏi quá há! - Mẹ bạn chớp mắt.

- Ừ, bạn ấy giỏi ghê! - Bạn tán thành ngay.

- So ra, tụi con sung sướng hơn Răng Chuột nhiều! - Mẹ bạn đột nhiên thở dài, rồi dặn - Răng Chuột sống như vậy chắc buồn lắm, tụi con nên thường xuyên đến chơi với bạn!

Bạn nói, gần như kêu lên:

- Mẹ ơi, vì thế trưa mai tụi con mới không về nhà.

Mẹ bạn sực nhớ ra:

- Thế trưa mai tụi con ăn cơm ở đâu?

- Tụi con mua thức ăn đem theo.

- Mua cả cho anh em Răng Chuột nữa chứ?

- Đương nhiên rồi, mẹ à!

Kế hoạch của bạn, thằng Răng Chuột đâu có biết.

Cho nên vừa về nhà được mười lăm phút, nghe tiếng ầm ầm khác thường ngoài cầu thang, nó cùng em gái nó xô cửa chạy ra dòm.

- Trời đất! - Thấy bạn bè một lô một lốc đang rồng rắn kéo nhau lên cầu thang, Răng Chuột đưa tay dụi mắt và thảng thốt kêu lên - Tụi mày làm gì thế này?

- Còn làm gì nữa! - Ria Mép cười hề hề - Tất nhiên là đến thăm mày.

Răng Chuột không biết nên mừng hay nên lo. Tại bất ngờ quá, tinh thần nó chưa kịp "sắp xếp" gì cả.

Nó dẫn lũ bạn vào nhà, ngượng ngập nhìn hai chiếc ghế con:

- Nhà tao...

Bắp Rang đọc thấy ngay sự băn khoăn trong mắt Răng Chuột. Nó khoanh chân ngồi bệt xuống sàn nhà, cười toe:

- Hà hà, ngồi vậy mới vui!

Ria Mép ngồi phịch xuống bên cạnh Bắp Rang, tủm tỉm:

- Vui lắm mới ngồi vậy!

Kế tiếp Ria Mép là những đứa khác. Cuối cùng là Răng Chuột. Đám bạn thoáng chốc làm thành một vòng tròn.

Chỉ có em gái Răng Chuột là đang lui cui chỗ góc nhà, nhìn mặt mày biết là lo lắng lắm. Chỉ vì nó không biết lấy đâu ra cơm để đãi khách đó mà.

Bạn hỏi Răng Chuột:

- Em gái bạn tên gì vậy?

- Cọng Rơm.

- Tên hay quá! Cọng Rơm ơi!

Cọng Rơm quay lại, ngơ ngác không biết ai gọi mình.

Bạn vẫy tay:

- Lại đây ngồi chơi đi em.

- Em phải làm cơm.

- Khỏi! Tụi chị có đem theo đây rồi.

Bắp Rang nhíu mày khịt mũi đúng ba cái, rồi gật gù:

- Em để dành món cá kho mặn và nồi canh cải ấy lại cho buổi chiều đi!

Bắp Rang vừa nói vừa cười, giọng nhẹ như không. Nhưng Cọng Rơm nghe như có một luồng điện chạy qua người. Nó nhìn sững Bắp Rang, không hiểu tại sao anh chàng này mới bước vào nhà chưa được ba phút đã có thể nói vanh vách những món ăn trong bếp như thế.

Hạt Tiêu nhìn Cọng Rơm, mỉm cười:

- Có gì đâu mà em trố mắt ra như thế! Anh bạn của tụi chị tuổi con chó mà!

Hạt Tiêu vừa nói vừa lôi từ trong cặp ra một gói xôi lạp xưởng to tướng.

Những đứa khác lập tức làm theo.

Tất nhiên mỗi đứa lôi một thứ.

Hột Mít lôi xôi gấc. Kiếng Cận lôi xôi gà. Bảnh Trai bánh mì. Bạn cơm bì chả. Ba đứa còn lại lôi ba thứ còn lại.

Tụi bạn có tám đứa, thêm anh em Răng Chuột nữa là mười. Trong khi thức ăn mang theo đủ cho hai chục khẩu phần.

Răng Chuột phải trải đến bốn tờ báo khổ rộng mới đủ chất mọi thứ lên.

Y như trong một buổi cắm trại. Vì vậy không khí nhanh chóng trở nên đầm ấm, thân mật và vui vẻ.

Răng Chuột dần dần mất vẻ rụt rè, ngượng ngập. Nó nói nhiều hơn. Cười nhiều hơn. Và ăn dĩ nhiên là nhiều. Răng chuột mà lại.

So với ông anh, Cọng Rơm ăn chậm hơn, nên chắc là ít hơn. Vì nó còn bẽn lẽn trước các vị khách lạ. Và cả vì nó cứ vừa ăn vừa tò mò liếc thằng Bắp Rang. Nó liếc và nó băn khoăn: có thật anh này tuổi con chó không há?

35.

Dĩ nhiên, chuyến viếng thăm của bạn bè không thể biến thằng Răng Chuột ngay lập tức trở thành một con người khác.

Nhưng dù sao, kể từ bữa đó Răng Chuột đã bớt khép kín đi nhiều. Đến lớp, nó không lặng lẽ dán mình một chỗ như trước kia nữa. Nó hoạt bát hơn, và cởi mở hơn.

Bạn sung sướng nhận xét:

- Răng Chuột dạo này hết đi trễ rồi.

Lớp phó học tập Bảnh Trai vui vẻ:

- Trả bài cũng khá hơn.

Lớp trưởng Hột Mít gật gù bổ sung:

- Sinh hoạt cũng đều đặn hơn.

Bắp Rang khoái chí theo kiểu khác. Nó đập tay lên ngực, tít mắt:

- Và đặc biệt là em gái nó ái mộ tôi nhiều hơn.

Bắp Rang không nói dóc. Vì ngay ngày hôm sau cuộc viếng thăm rầm rộ kia, Răng Chuột vừa ló đầu vào lớp đã chạy ngay lại chỗ Bắp Rang ngồi:

- Bắp Rang nè.

- Gì?

- Em gái tao ấy mà.

- Em gái mày sao?

- Nó hỏi thăm mày đấy.

- Thật hở? - Bắp Rang hồi hộp - Hỏi thăm chuyện gì?

Răng Chuột ngập ngừng:

- Nó nhờ tao hỏi xem có phải mày tuổi con chó thật không?

Câu "hỏi thăm" của Cọng Rơm khiến Bắp Rang thất vọng não nề. Nó thở đánh thượt:

- Đừng nghe con nhỏ Hạt Tiêu phao tin bậy bạ. Tao tuổi con trâu.

Nhưng Bắp Rang chỉ thất vọng có một ngày.

Ngày hôm sau, Răng Chuột lại mon men đến bên nó:

- Bắp Rang nè.

- Gì?

- Em gái tao nhờ tao hỏi mày...

Tự nhiên Bắp Rang nổi khùng:

- Bộ nó không tin tao tuổi con trâu hả?

- Tin chứ! - Răng Chuột bối rối đáp, không hiểu tại sao thằng Bắp Rang quạu quọ làm vậy.

- Tin sao còn hỏi nữa?

Răng Chuột liếm môi:

- Nó hỏi chuyện khác.

- Ủa, chuyện gì nữa?

- Chuyện hôm nọ ấy mà! - Răng Chuột gãi gáy - Nó không hiểu tại sao mày nói trúng phóc các món ăn trong nồi.

Bắp Rang khoái chí:

- Nó thấy lạ lắm hở?

- Ừ, ngay cả tao cũng thấy lạ.

Bắp Rang gật gù:

- Mày muốn biết không?

Răng Chuột nuốt nước bọt:

- Muốn.

Bắp Rang chỉ tay vào mắt mình:

- Mày thấy cái gì đây không?

Răng Chuột nhìn lom lom theo ngón tay thằng Bắp Rang:

- Thấy.

- Cái gì?

- Con mắt!

Đang nói, Răng Chuột bỗng reo lên:

- A, thì ra hôm đó mày nhìn thấy.

- Bậy! - Bắp Rang nhún vai - Bữa đó tao ngồi cách cái bếp đến mười cây số là ít, thấy thế quái nào được!

Rồi nó chỉ tay vào miệng:

- Còn cái này là cái gì?

Răng Chuột không hiểu tại sao thằng bạn mình chỉ trỏ lung tung như vậy, nhưng vẫn đáp:

- Cái miệng.

Bắp Rang bỏ tay xuống:

- Thế giữa con mắt và cái miệng là cái gì?

- Cái mũi.

Bắp Rang nhe răng cười:

- Tao biết được các món ăn trong bếp nhà mày là nhờ cái mũi này đấy.

Cái kiểu ăn nói vòng vo của Bắp Rang làm thằng Răng Chuột muốn khóc quá. Muốn nói đánh hơi thì nói đánh hơi đại cho rồi, còn bày đặt cái này là cái gì, cái kia là cái gì.

Không khóc được, Răng Chuột méo xệch miệng:

- Đơn giản vậy thôi hở?

- Vậy thôi!

36.

Thằng Bắp Rang nói hai chữ "vậy thôi" nghe nhẹ tưng. Nhưng Răng Chuột biết: Điều đơn giản đó, không phải ai cũng làm được.

Nó kể với Cọng Rơm về chuyện cái mũi của thằng Bắp Rang, rồi kết luận:

- Một khả năng kỳ diệu!

Cọng Rơm hoàn toàn tán thành. Còn bổ sung:

- Và phi thường nữa!

Khen xong, nó dích trong lọ một cục mắm ruốc, cẩn thận gói vào giấy rồi đưa cho anh nó.

- Em làm gì vậy? - Răng Chuột ngơ ngác nhìn gói giấy.

- Đem lên lớp.

- Chi?

Cọng Rơm cười:

- Đố anh Bắp Rang.

Đối với Bắp Rang, đó là chuyện vặt.

Thằng Răng Chuột vừa lại gần, chưa kịp lôi gói giấy ra đánh đố, nó đã xua tay:

- Ra vòi nước rửa miệng đi mày!

Thấy Răng Chuột nghệt mặt không hiểu, Bắp Rang nhăn nhó nói tiếp:

- Mày vừa ăn mắm ruốc phải không?

- Đâu có! - Răng Chuột giật đánh thót, lỏn lẻn lôi gói giấy trong túi ra - Tại em tao kêu tao đem gói mắm ruốc này lên đố mày xem mày nói có trúng không.

Trưa, nghe Răng Chuột thuật lại, Cọng Rơm phục Bắp Rang sát đất.

Hôm sau, nó lại gói cho anh nó một mớ rau thơm.

Lần này, Bắp Rang không phát hiện ra ngay.

Nhưng đến khi Răng Chuột lôi gói giấy ra, Bắp Rang cười khì khì:

- Lại vặt mấy thứ lá ở đâu đem đánh đố kẻ hèn này nữa hả?

Bắp Rang làm Răng Chuột ngay người như cán cuốc.

Cán cuốc cười gượng gạo:

- Thế mày có đoán được những loại rau gì trong này không?

Bắp Rang cầm gói giấy kê ngay mũi:

- Ngò, rau om, hành lá...

Rồi nó nheo mắt:

- Trưa nay, em gái mày định nấu canh khoai mỡ chứ gì!

- Tao không rõ.

Răng Chuột nói thật. Nhưng nó chỉ không rõ có bốn tiếng đồng hồ.

Trưa đi học về, vừa bước vào nhà, thấy cạnh dĩa dưa mắm là tô canh khoai mỡ nghi ngút khói đang bày sẵn trên sàn, Răng Chuột rùng mình như thể thấy ma.

- Anh làm sao vậy? - Cọng Rơm ngạc nhiên.

- Thằng Bắp Rang... - Răng Chuột lắp bắp.

- Anh Bắp Rang sao?

- Nó hít hít gói giấy, bảo trưa nay em nấu canh khoai mỡ.

Cọng Rơm không rùng mình. Vì đã lường trước được chuyện đó. Nó chỉ tấm tắc:

- Anh Bắp Rang thông minh ghê!

Và hỏi:

- Ở lớp chắc ảnh học giỏi lắm hở anh?

Cái câu Cọng Rơm hỏi Răng Chuột, mẹ bạn đã từng hỏi Bắp Rang.

Và cái câu Răng Chuột trả lời em mình cũng chính là cái câu Bắp Rang từng trả lời mẹ bạn:

- Nó đứng gần bét lớp em ơi!

Còn thêm:

- Anh học kém, vậy mà nó còn xếp dưới anh nữa.

37.

Tất nhiên, một bậc thiên tài như Bắp Rang mà học hành lẹt đẹt là chuyện quá đỗi khó tin.

Cho nên nhỏ Cọng Rơm mới há hốc miệng.

Mà không chỉ Cọng Rơm, trước một nghịch lý như thế, ai không có miệng thì thôi, đã có miệng bắt buộc phải há hốc.

Bạn cũng thế. Mà các bạn của bạn cũng thế.

Năm lớp sáu, phải cố lắm thằng Bắp Rang mới lên được lớp bảy.

Năm lớp bảy, phải cố lắm nó mới lên được lớp tám.

Năm lớp tám, phải cố lắm nó mới lên được lớp chín.

Và năm lớp chín, phải cố lắm nó mới lên được lớp mười.

Lạ một điều, mặc dù học kém như thế, thằng Bắp Rang bao giờ cũng kiếm đủ số điểm cần thiết vào phút chót để không bị rơi vào danh sách những học sinh ở lại lớp.

Đó phải chăng là bí quyết của một đứa vừa thông minh lại vừa dốt đặc?

Hơn bốn năm trời, màn bí mật vẫn bao phủ quanh thằng Bắp Rang.

Nói hơn bốn năm trời mà không nói năm năm trời, bởi vì cách đây mấy ngày nhỏ Hột Mít đã tình cờ khám phá ra bí mật của thiên tài Bắp Rang.

Hột Mít là học sinh khá, Bắp Rang là học sinh yếu. Ở trong lớp, Hột Mít ngồi kế Bắp Rang. Nghĩa là học sinh khá ngồi kế học sinh yếu.

Hôm đó, đang làm bài tập vật lý, học sinh khá bỗng quên mất công thức tính lực hấp dẫn, ngoảnh qua thấy học sinh yếu ngồi viết ro ro, bèn hỏi:

- Bắp Rang, nhớ công thức không?

- Nhớ.

- Đọc nghe coi.

Bắp Rang đọc.

Làm xong, vẫn chưa yên tâm, học sinh khá lại day qua:

- Đáp số là 507,2N, đúng không?

- Sai rồi. Đáp số là 490,5N.

Hột Mít nhìn vào bài tập, nhíu mày cộng cộng trừ trừ nhân nhân chia chia. Dò tới dò lui một hồi, phát hiện ra mình tính nhầm, học sinh khá phục học sinh yếu quá xá. Ngạc nhiên nữa:

- Chà, bữa nay chịu học bài quá ta!

Được khen, học sinh yếu tỉnh bơ, chẳng tỏ vẻ gì sung sướng. Chỉ cười cười, y như thể ta đây tuy giỏi giang nhưng khiêm tốn lắm.

Nhưng lúc đó Hột Mít chỉ ngạc nhiên sơ sơ. Đến hôm cô giáo phát bài tập ra nó mới ngạc nhiên không để đâu cho hết.

Vì trong khi bài của nó được mười điểm, bài của thằng Bắp Rang chỉ có bốn điểm.

Nó giật bài làm của Bắp Rang, tò mò xem và bật ngửa khi thấy đáp số trong bài của thằng này sai bét.

- Ủa, sao bạn lại ra đáp số này?

- Ừ.

- Ừ là sao? - Hột Mít ngẩn tò te - Hôm trước, bạn ra đáp số đúng mà.

Bắp Rang gãi đầu, ấp úng:

- Nhưng sau đó tôi sợ sai, nên làm lại.

Lời giải thích của Bắp Rang nghe khó tin quá. Nhưng cũng khó bắt bẻ quá.

Hột Mít ôm mối thắc mắc chạy đi tìm tụi bạn:

- Nè, có chuyện lạ lắm!

- Chuyện gì thế? - Tóc Ngắn nhấp nhổm hỏi.

- Chuyện của Bắp Rang.

Kiếng Cận chớp mắt:

- Bắp Rang sao?

Hột Mít tuyên bố bằng giọng nghiêm trọng:

- Nó cố ý học dốt!

Cụm từ "cố ý học dốt" chưa đứa nào từng nghe qua. Nên mắt đứa nào cũng tròn xoe kinh ngạc.

Hạt Tiêu kêu lên:

- Làm gì có chuyện đó!

Hột Mít hừ mũi:

- Thế mà có đấy.

Bạn không tin:

- Bằng chứng đâu?

Hột Mít chỉ tay vào ngực mình:

- Đây!

38.

Bây giờ thì tất cả đều trợn mắt.

Tiết lộ của Hột Mít về bài tập vật lý của thằng Bắp Rang khiến cả bọn không hiểu ra làm sao.

Kiếng Cận đẩy kiếng cận:

- Khó tin quá!

Ria Mép vân vê ria mép:

- Quá khó tin!

- Ừ! - Bạn nói - Chả ai lại muốn học dốt bao giờ.

Tóc Ngắn đồng tình:

- Tóc Bím nói đúng. Thích học dốt thì ở nhà quách, tới lớp làm gì.

Hạt Tiêu nhìn Hột Mít:

- Hay bạn nhầm?

- Nhầm sao được mà nhầm! - Hột Mít gân cổ - Chính miệng nó đọc đáp số cho mình viết ra chứ đâu!

Trong bọn, chỉ có Răng Chuột là tin vào nhận xét của Hột Mít:

- Tôi cũng nghĩ như Hột Mít. Một đứa như Bắp Rang không thể nào học kém được.

Hạt Tiêu ngó Ria Mép:

- Bạn chơi thân với Bắp Rang, hỏi nó coi!

Ria Mép lắc đầu:

- Nếu quả thật có chuyện kỳ quặc như vậy thì thằng Bắp Rang không bao giờ hé môi đâu.

- Vậy làm sao giờ?

- Có một cách.

Bảy cái đầu chồm tới trước:

- Cách gì?

- Nhờ thằng Mặt Mụn.

Hột Mít nhảy dựng:

- Lại Mặt Mụn! Chuyện lần trước nó chẳng đã làm hỏng bét bè be đó sao?

Ria Mép thở dài:

- Nhưng không nhờ nó thì chẳng biết nhờ ai.

Rồi quay sang Hạt Tiêu, Ria Mép nháy mắt:

- Hạt Tiêu há?

Cả bọn đều biết Ria Mép trêu Hạt Tiêu. Tưởng Hạt Tiêu mắc cỡ, không ngờ nó tỉnh khô:

- Cần thì cứ nhờ. Bây giờ lớp mình nhờ chuyện gì mà Mặt Mụn chẳng làm.

Tóc Ngắn nheo mắt:

- Chắc không đó?

- Sao không chắc? - Hạt Tiêu cười hì hì - Mặt Mụn đang định đăng ký làm rể lớp mình mà!

Câu nói của Hạt Tiêu khiến cả bọn nhìn nhau ngẩn ngơ. Biết thừa Hạt Tiêu bản lĩnh, nhưng không đứa nào nghĩ nhỏ Hạt Tiêu nói về mối quan hệ giữa nó và thằng Mặt Mụn bằng thái độ tỉnh rụi như vậy.

Ria Mép ngửa mặt lên trời:

- Yêu quái! Yêu quái, bà con ơi!

39.

Hai ngày trước khi lớp bạn làm bài tập kiểm tra môn hình học, Mặt Mụn ôm tập lò dò tới nhà Bắp Rang.

- Đi đâu đây? - Bắp Rang hỏi.

- Hỏi mày cái này chút.

Vừa nói Mặt Mụn vừa bày tập ra bàn.

- Toán hở? - Bắp Rang nhướn mắt.

Mặt Mụn chỉ tay vào tập:

- Có bài tập về vectơ khó quá.

- Sao mày không hỏi những đứa khác?

Mặt Mụn tặc lưỡi:

- Mắc cỡ lắm!

Bắp Rang cúi đầu đọc đề, chẳng nghi ngờ gì. Tại nó học yếu nhưng thằng Mặt Mụn còn yếu hơn. Năm ngoái, nó đứng gần bét lớp, nhưng ngoảnh cổ nhìn lại, vẫn thấy thằng Mặt Mụn đứng chình ình sau lưng. Suốt cả năm trời như vậy.

Đọc đề xong, Bắp Rang lấy viết ra cặm cụi giải. Bài toán có năm câu hỏi, Bắp Rang giải không tới mười lăm phút.

Giải xong, nó đẩy tờ giấy về phía Mặt Mụn:

- Xong rồi nè.

Mặt Mụn ngoẹo cổ nhìn vào bài làm:

- Đúng không đó mày?

- Không biết! - Bắp Rang nhún vai - Nhưng điều này thì tao biết.

- Điều gì?

Bắp Rang vỗ vai bạn:

- Mày sẽ được điểm mười.

Mặt Mụn ngước lên, mắt dán chặt vào mặt Bắp Rang:

- Dạo này mày học tiến bộ quá há?

- Tiến bộ quái gì! - Bắp Rang cười khì khì - Bài này cô giáo tao vừa giải trên lớp xong.

Đó là Bắp Rang bịa. Hai ngày sau, lớp nó mới làm tới bài này.

Tất nhiên, khi ngày đó tới, Bắp Rang giải ro ro.

Nhưng nó chỉ giải có ba câu trên. Hai câu sau nó bỏ giấy trắng.

Ra chơi, Hột Mít hỏi:

- Khi nãy làm bài được không Bắp Rang?

- Tàm tạm.

- Tàm tạm là sao?

- Tôi làm được có phân nửa hà.

- Vậy là khá rồi.

Hột Mít gật gù nhận xét và quay mặt đi. Bắp Rang không biết khi quay đi như vậy, lớp trưởng Hột Mít đang nghiến răng ken két.

Ngay sau đó, Hột Mít kể lại cho Bảnh Trai, Ria Mép, Răng Chuột, Hạt Tiêu, Tóc Ngắn, Kiếng Cận và bạn nghe.

Nghe xong, bảy cái miệng cũng đều nghiến răng ken két.

Nghiến răng xong, bảy cái miệng nói:

- Bắp Rang, hãy đợi đấy! Hừ hừ!

Đợi đấy tức là đợi đến thứ năm tuần sau: ngày cô giáo phát bài tập ra.

40.

Thời gian đi chầm chậm.

Nhưng chầm chậm cũng là đi.

Thứ sáu qua. Thứ bảy qua. Chủ nhật qua. Thứ hai qua. Thứ ba qua. Thứ tư qua.

Thứ năm tới: Bài làm của Bắp Rang chỉ có sáu điểm.

Sáu điểm là ít nhất trong đám bạn, sém chút nữa ít nhất lớp.

Như thường lệ, Bắp Rang đón nhận số điểm ít xịt kia với vẻ tươi tỉnh. Trong khi tụi bạn nó mặt mũi hầm hầm.

Nhưng chẳng đứa nào hé môi. Tất cả đều ẩn nhẫn chờ đến lúc về tới nhà bạn.

Bắp Rang không biết mình sắp bị đem ra "làm thịt". Khi chui lên taxi, nó còn hớn hở:

- Kỳ này trên điểm trung bình, may quá!

Ria Mép nhếch mép:

- Sáu điểm là giỏi rồi!

Thậm chí ngay cả khi thằng Răng Chuột đạp xe lại cạnh chiếc taxi, thò đầu qua cửa gió, nháy mắt với cả bọn:

- Mọi sự như ý nhé!

Bắp Rang cũng chẳng mảy may ngờ vực. Còn nhún vai với Răng Chuột:

- Vô duyên quá mày! Tự nhiên lại chúc với chiếc!

Răng Chuột không nói gì, tủm tỉm đạp xe đi.

Khi về tới nhà bạn, vừa đẩy cửa bước vào, lớp trưởng Hột Mít không nhịn được nữa. Nó nói, giọng gắn gắn:

- Bắt đầu ra tay được rồi!

- Khoan đã! - Bạn níu tay Hột Mít.

- Sao lại khoan? - Hột Mít mặt mày sa sầm - Bản cô nương đây ngứa ngáy lắm rồi!

- Chờ ăn cơm xong rồi hẵng tính! - Bạn chép miệng - Trời đánh tránh bữa ăn mà!

- Tóc Bím nói đúng đó! - Kiếng Cận trờ tới - Nó còn đây, chẳng chạy đi đâu mà vội.

Chữ "nó" ở đây ám chỉ thằng Bắp Rang.

Nhưng Bắp Rang chẳng hay biết gì. Nó đi tuốt phía sau, vẫn chun mũi khịt khịt như mọi lần:

- Hôm nay chúng ta sẽ được thưởng thức món mắm kho...

Hột Mít lẩm bẩm:

- Để xem nhóc ngươi còn tí tởn đến bao giờ!

Mà thằng Bắp Rang hôm nay trông tí tởn thật. Cứ như thể đạt được điểm sáu trong môn hình học đối với nó là một thành công ghê gớm.

Bắp Rang tí tởn vì không biết những gì đang chờ đợi mình.

Và vì không biết những gì đang chờ đợi mình nên ăn cơm xong, thấy bọn con gái kéo cả ra phòng khách, vốn là chỗ nghỉ trưa của đám con trai, nó xua tay:

- Hôm nay nghỉ chơi *tiến lên* một bữa đi!

Hột Mít cười cười:

- Bọn này ra đây không phải để chơi *tiến lên*.

Bắp Rang giương mắt ếch:

- Có trò mới à?

- Ừ, có trò mới.

Hột Mít đáp, và nó nhìn quanh, hất đầu một cái. Tụi bạn lập tức quây thành vòng tròn, bao vây thằng Bắp Rang vào giữa.

Bắp Rang kêu lên, bắt đầu cảm thấy có điều khác lạ:

- Mấy bạn định làm gì kẻ hèn này vậy?

Không đứa nào trả lời. Giữa bầu không khí im phắt nổi lên tiếng hô dõng dạc của Hột Mít:

- Một hai ba, ngồi!

Vòng tròn ngồi thụp xuống, rập ràng như lính tập. Bắp Rang giật mình, luống cuống ngồi xuống theo.

Vừa chạm người xuống nền nhà, nó lật đật đảo mắt bốn phía, nhăn nhó:

- Thế này là thế nào hở trời?

Nó ngó Ria Mép:

- Chuyện gì vậy hở mày?

- Chuyện này nè.

Ria Mép chưa kịp lên tiếng, Hột Mít đã gầm gừ đáp. Vừa nói Hột Mít vừa chìa ra tờ giấy cầm sẵn nơi tay.

Bắp Rang giật phắt tờ giấy, điếng người khi nhận ra đó là bài tập toán của thằng Mặt Mụn bên trường Mèo Con: Bài toán về vectơ, với điểm mười đỏ chói bên lề.

41.

Đến nước này, Bắp Rang biết mình không chối vào đâu được nữa. Khi Hột Mít trưng bài làm của thằng Mặt Mụn ra, nó đau khổ nhận ra nó đã rơi vào bẫy của tụi bạn ác ôn.

Bắp Rang giận mình quá. Xưa nay, nó luôn tin vào trí thông minh của mình. Không ngờ chỉ trong một phút lơ là cảnh giác, nó bị lũ bạn cho vào xiếc dễ dàng.

Đầu đuôi cũng do thằng Mặt Mụn. Nếu không quá tin thằng này, Bắp Rang đã không bị ê mặt như bữa nay. Càng nghĩ, Bắp Rang càng tức.

Nó giơ nắm đấm lên trời:

- Mặt Mụn ơi là Mặt Mụn! Quân gián điệp thối tha như mày, có ngày ông sẽ...

- Thôi, đừng hò hét nữa! - Tóc Ngắn hất hàm, cắt ngang - Nói cho bọn này nghe coi, tại sao bạn phải làm thế?

- Làm gì?

- Còn hỏi nữa! - Kiếng Cận nheo mắt - Cùng một bài toán, làm giùm cho Mặt Mụn thì được điểm mười, làm cho mình thì chỉ có sáu. Vậy là sao?

Hột Mít cười khảy:

- Điểm mười đâu có răng. Nó đâu có biết cắn.

Ria Mép huých khuỷu tay vào hông Bắp Rang:

- Nói đi mày! Tóm lại, chuyện gì đã xảy ra?

Bắp Rang xịu mặt xuống. Tại vì nó không nghĩ ra cách nào quanh co, lấp liếm.

Nhìn Bắp Rang đang ngồi thừ, Hột Mít hừ mũi:

- Thế nào? Có phải nhóc ngươi cố tình học dốt không hả?

Bắp Rang thở dài:

- Quả là kẻ hèn này cố tình học dốt.

Tuy đã đoán trước câu trả lời, tụi bạn vẫn không khỏi nhảy nhổm:

- Thật ư?

- Thật.

- Tại sao?

Bắp Rang buồn bã:

- Tại kẻ hèn này không muốn theo nghề bác sĩ, lớn lên chỉ muốn kinh doanh ẩm thực thôi. Nhưng ba mẹ kẻ hèn này cứ bắt con của hai vị sau này phải theo ngành Y.

Lần đầu tiên, bạn bè nghe Bắp Rang thổ lộ tâm sự. Vì vậy, bảy bộ mặt đều ngẩn ngơ.

Tuy Bắp Rang không nói rõ nhưng đứa nào cũng hiểu. Ba của Bắp Rang là bác sĩ. Mẹ của Bắp Rang cũng là bác sĩ. Và cả hai vị bác sĩ đều muốn con cái đi theo con đường của mình. Nhưng thằng Bắp Rang lại không thích trong nhà có quá nhiều bác sĩ. Nó có con đường riêng của nó. Cho nên nó quyết tâm làm cho ba mẹ nó thất vọng. Nó muốn ba mẹ nó hiểu rằng một đứa học hành lẹt đẹt như nó thì không mong gì trở thành bác sĩ tương lai.

Bạn nhìn Bắp Rang bằng ánh mắt nửa thương nửa giận:

- Cần gì phải làm thế, Bắp Rang!

Bảnh Trai lắc đầu:

- Trong ba mươi sáu cách, cách này là cách dở nhất.

Ria Mép nặng lời:

- Bây giờ tao mới biết, một đứa hằng ngày thông minh hơn thiên hạ thì khi ngu, nó cũng ngu không ai sánh nổi.

Bắp Rang không giận, chỉ chép miệng:

- Thế phải làm sao?

Câu hỏi lại của Bắp Rang ngắn ngủn, chỉ có bốn chữ. Nhưng không đứa nào trả lời được. Vì không đứa nào biết phải làm sao.

Trong khi cả bọn đưa mắt ngó nhau thì câu trả lời bất ngờ vang lên chỗ cửa thông:

- Các con cứ yên tâm, cô biết phải làm sao!

Đó là tiếng nói của mẹ bạn.

Không ai biết bà đứng đó từ khi nào.

Nhưng ai cũng biết bà đã nghe rõ câu chuyện từ lâu.

42.

Diễn biến tiếp theo của cuộc "tra khảo" trưa thứ năm chắc chắn đã đi theo trình tự như thế này:

Chiều đó, mẹ bạn nói chuyện với mẹ Bắp Rang.

Tối đó, mẹ Bắp Rang nói chuyện với ba Bắp Rang.

Đêm đó, ba mẹ Bắp Rang nói chuyện với Bắp Rang.

Tất nhiên nội dung của ba cuộc gặp gỡ tuyệt mật kia đều được những người trong cuộc giữ kín.

Nhưng kết quả của nó thì ngày hôm sau vừa gặp tụi bạn, thằng Bắp Rang đã phấn khởi phun ra:

- Hà hà, thế là kể từ nay kẻ hèn này được quyền học giỏi rồi!

Bắp Rang nói là làm.

Ngay ngày hôm đó, nó lượm một con mười.

Ngày hôm sau, nó lượm hai con.

Ngày hôm sau nữa, nó lượm ba con.

Trừ nhóm bạn thân, những đứa còn lại trong lớp đều phát hoảng trước hiện tượng "đột biến gien" này.

Thầy cô cũng thế.

Có thầy cô không tin vào tai mình, mỗi lần dò bài thằng Bắp Rang đều hỏi đi hỏi lại.

Có thầy cô không tin vào mắt mình, mỗi lần chấm bài thằng Bắp Rang đều xem tới xem lui.

Bắp Rang vẫn tỉnh rụi nhảy một lúc mấy chục bậc, leo lên đứng đầu bảng xếp hạng.

Đến mức Bảnh Trai phải khoát tay:

- Từ từ! Từ từ! Bộ mày định giành luôn chức lớp phó học tập của tao hay sao mà hăng thế?

Bắp Rang nhe răng cười:

- Tao phải bù lại những gì đã mất chứ!

Mẹ bạn biết chuyện, nhìn Bắp Rang âu yếm:

- Cô đã nói ngay từ đầu mà. Thông minh như con dứt khoát phải học giỏi!

Bắp Rang cúi đầu, lễ phép:

- Dạ, bao giờ cô cũng nói đúng y.

Thấy Bắp Rang pha trò, mẹ bạn cười thích thú. Trong chuyện này, dĩ nhiên bà là người thích thú nhất.

Người thích thú thứ hai chắc là Răng Chuột. Ngay hôm Bắp Rang vớt con mười đầu tiên, nó đã nhe răng chuột, hả hê:

- Thấy chưa! Tôi đã nói một đứa như thằng Bắp Rang không thể nào học kém được mà!

Răng Chuột thích thú còn vì em gái mình. Thần tượng của em gái nó không thể học hành ì ạch như trâu kéo cày được. Thằng Bắp Rang mà học dốt thì tội cho Cọng Rơm quá.

Vì vậy, thấy Bắp Rang được thầy cô thay nhau khen tới tấp, Răng Chuột sung sướng còn hơn chính mình được khen.

Nó về nhà, đứng nghiêm trước mặt em gái, vỗ tay lên ngực đánh "bộp":

- Hôm nay lại thêm một con mười nữa.

- Môn gì thế hở anh?

- Vật lý.

Cọng Rơm long lanh mắt:

- Dạo này anh học giỏi ghê!

- Thằng Bắp Rang ấy. Đâu phải anh.

- Chứ anh mấy điểm?

Câu hỏi bồi của nhỏ em khiến Răng Chuột cụt hứng. Đang hùng hồn, ngực nó bỗng xẹp xuống, và giọng nói dĩ nhiên là xụi lơ:

- Anh có năm điểm hà.

43.

Ở lớp, bạn bè thi nhau chúc mừng Bắp Rang. Mỗi người nói một câu. Tám đứa nói tám câu.

Bắp Rang rối rít xua tay:

- Đừng khen nữa, đừng khen nữa, kẻo kẻ hèn này lại mắc tật tự cao.

Răng Chuột hào hứng đề nghị:

- Ăn mừng đi!

- Đúng đó! Đi ăn mừng!

Như thường lệ, nhỏ Tóc Ngắn reo lên trước tiên. Vì câu chuyện liên quan đến đề tài ăn uống mà.

Người thứ hai tán thành là lớp trưởng Hột Mít:

- Trước một cuộc đổi ngôi ngoạn mục như thế, dứt khoát phải ăn mừng rồi.

Tiếp theo là lớp phó học tập Bảnh Trai:

- Tôi nhất trí.

Rồi bí thư chi đoàn Kiếng Cận:

- Mình đồng ý.

Rồi tới tất cả những đứa còn lại. Đi ăn, ai nỡ nào chê. Nhất là đã lâu rồi, từ hồi lên lớp mười đến giờ, cả bọn chưa lần nào kéo nhau đi ăn.

Hạt Tiêu thình lình hỏi:

- Nhưng ăn món gì? Ăn ở đâu?

Cả bọn trả lời câu hỏi của Hạt Tiêu bằng cách đồng loạt quay nhìn Bắp Rang.

Giám đốc công ty ăn uống tương lai bấm đốt ngón tay:

- Muốn ăn xôi thì đến Bùi Thị Xuân, ăn chè thì ghé Cao Bá Nhạ, ăn kem vô Bạch Đằng, ăn bò bía lại Bà Huyện Thanh Quan, ăn bún ốc tới Nguyễn Cảnh Chân...

Bắp Rang kể một lèo tới hai mươi mấy địa điểm.

Tóc Ngắn nhảy tưng tưng:

- Đi tất. Mỗi ngày tụi mình ăn mừng một chỗ. Đi lần lượt hết hai mươi mấy chỗ, rồi sau đó...

Ria Mép quắc mắt:

- Sau đó sao?

Tóc Ngắn cười hì hì:

- Sau đó đi vòng trở lại từ đầu.

- Thôi, đừng đùa nữa! - Hột Mít khoát tay - Các nhóc ngươi suy nghĩ kỹ đi, xem nên đi đâu?

Hột Mít là một lớp trưởng thâm niên, khét tiếng với việc quản lý lớp bằng "bàn tay sắt". Nhưng trong chuyện này, nó lại tỏ ra quá mềm yếu.

Trên đời, con người ta có thể dễ dàng nhất trí về mọi chuyện, kể cả chuyện bầu ai làm Tổng thư ký Liên hiệp quốc. Nhưng ăn uống là lãnh vực đặc biệt. Ở lãnh vực này, gần như không ai chịu ai.

Lẽ ra Hột Mít nên tự quyết định lấy. Nhưng nó đã không chọn cách đơn giản đó. Và tranh cãi lập tức nổ ra.

- Xôi! - Tóc Ngắn giơ tay - Đi Bùi Thị Xuân ăn xôi!

- Kem đi! - Kiếng Cận phản đối - Kem ngon hơn!

Bạn lắc hai bím tóc:

- Mình thích ăn chè cơ.

Hạt Tiêu phồng má:

- Chè thua xa bò bía. Bò bía ngon nhất trên đời.

Ria Mép cười khẩy:

- Nhưng bún ốc mới là ngon nhất thế giới.

Cuộc khẩu chiến về thực đơn ăn mừng diễn ra gay go, ác liệt và kéo dài suốt buổi sáng. Đến giờ tan học, cả bọn vẫn còn sùi bọt mép. Nhưng kết quả vẫn là con số không.

Nhân vật chính Bắp Rang chán nản:

- Ăn món gì tính sau. Quan trọng là hôm nào đi?

- Ngay hôm nay! - Hột Mít hăm hở.

- Mấy giờ?

- Đúng năm giờ chiều, tất cả tập trung trước cổng trường.

Ăn thứ gì mới rắc rối chứ chừng nào ăn thì quá đơn giản. Giờ giấc Hột Mít đưa ra nhanh chóng được cả bọn tán thành.

Trừ Răng Chuột:

- Chiều nay tôi bận rồi.

Hột Mít nhíu mày:

- Bận gì?

- Đi dạy kèm.

- Vậy dời qua chiều mai?

- Mai cũng bận.

- Chiều mốt?

- Cũng thế.

Răng Chuột chừng như áy náy, nói thêm:

- Mấy bạn cứ đi đi, đừng chờ tôi.

Tóc Ngắn toét miệng cười:

- Nếu vậy tụi này sẽ chừa phần đem về cho bạn.

44.

Đúng năm giờ chiều, tất cả đều có mặt. Chỉ thiếu mỗi Răng Chuột.

Bắp Rang cảm khái:

- Chính Răng Chuột là đứa đưa ra sáng kiến ăn mừng. Nhưng khi đi ăn mừng thì không có nó.

Câu nói của Bắp Rang khiến cả bọn bỗng dưng buồn năm phút.

Kiếng Cận chép miệng:

- Biết làm sao được! Chẳng lẽ bắt Răng Chuột bỏ dạy?

- Yên tâm đi! - Tóc Ngắn phẩy tay - Bản cô nương đây đã hứa không quên phần của nó mà.

Hột Mít ngó quanh:

- Giờ đi đâu?

Một lần nữa, Hột Mít mắc sai lầm.

Cho nên một lần nữa, mỗi đứa chỉ tay về một hướng.

Bảnh Trai lắc đầu:

- Lộn xộn quá!

Hột Mít hất mặt về phía nhân vật chính của buổi tiệc:

- Thôi, giao cho Bắp Rang toàn quyền định đoạt.

Giải pháp Hột Mít đưa ra mười phần hợp lý, hai mươi phần hợp tình.

Nhưng vẫn không yên. Những cái miệng liền chuyển qua lôi kéo:

- Xôi đi, Bắp Rang!

- Kem đi, Bắp Rang!

- Chè đi, Bắp Rang!

Bắp Rang lắc ghi-đông xe:

- Không kem không xôi không chè gì hết! Đi theo tôi!

- Đi đâu?

Bắp Rang ỡm ờ:

- Đến một nơi nào đó!

Bảnh Trai nhún vai:

- Một nơi nào đó là một nơi nào? Nhà hàng New World chăng?

Bảnh Trai chọc quê. Nhưng Bắp Rang vẫn thản nhiên:

- Đúng rồi. Chúng ta sẽ đến một *thế giới mới*. Một thế giới không ai biết trước.

Hạt Tiêu nhăn nhó:

- Đến đâu thì nói đại cho rồi, bày đặt văn hoa nghe mệt quá!

- Ừ! - Kiếng Cận sốt ruột hùa theo - Bắp Rang nói rõ ra đi!

- Tôi có biết gì hơn các bạn mà rõ với chẳng rõ! - Bắp Rang cười - Như thế này này! Bây giờ chúng ta sẽ đi qua mười con đường bất kỳ. Tới con đường thứ mười, chúng ta lần lượt đếm các tiệm ăn tiệm uống hai bên đường. Đến đúng tiệm thứ mười, chúng ta tấp vào, không cần biết tiệm đó bán thứ gì, đồng ý không?

Cả bọn vỗ tay:

- Đồng ý, đồng ý!

- Hay đấy!

- Một sáng kiến không đến nỗi tệ!

Chỉ có Tóc Ngắn là lo lắng:

- Nhỡ đó là tiệm cơm chay thì sao?

- Thì chúng ta sẽ ăn mừng bằng cơm chay.

Bắp Rang tỉnh bơ đáp. Và nó chấm dứt cuộc thảo luận bằng cách mím môi nhấn mạnh bàn đạp.

45.

Tiệm thứ mười trên con đường thứ mười là tiệm bún bò Huế.

Như vậy, điều Tóc Ngắn lo lắng đã không xảy ra.

Chỉ xảy ra điều nó không hề lo lắng.

Khi cả bọn vừa ngồi vào bàn, loay hoay kéo ghế, một tiếp viên nhà hàng cầm tờ thực đơn và một chồng khăn lạnh tiến lại:

- Các anh chị...

Thằng nhãi chỉ nói được có ba tiếng rồi đứng sững.

Cả bọn ngước lên. Lập tức tám cái miệng há hốc. Và mười sáu con mắt lập tức trợn tròn: Răng Chuột!

Không đứa nào nghĩ thằng Răng Chuột lại xuất hiện ở đây. Lại trong một bộ dạng như thế.

Cuộc gặp gỡ bất ngờ đến mức hai bên cứ trố mắt ra nhìn nhau, không thốt được tiếng nào.

Mãi một lúc, thằng Răng Chuột mới choàng tỉnh. Nó mím môi đặt chồng khăn lạnh xuống bàn.

Bắp Rang thở ra:

- Thì ra mày làm ở đây!

Ria Mép kéo chiếc ghế bên cạnh:

- Mày ngồi xuống đây đi!

- Không được! - Răng Chuột bối rối ngoảnh đầu vô trong - Tao phải làm việc.

Bảnh Trai níu vai Răng Chuột:

- Thì ngồi chơi chút xíu thôi.

Tóc Ngắn chớp mắt:

- Thế sao bạn bảo là bạn đi dạy kèm?

Răng Chuột ngượng ngập:

- Tôi phải nói thế.

- Chẳng việc gì phải giấu bạn bè, Răng Chuột à! - Bạn dịu dàng nói - Mẹ mình nghe chuyện bạn đi làm kiếm tiền nuôi em, mẹ mình khen bạn lắm đấy. Mẹ mình bảo bạn giỏi hơn tụi mình nhiều.

Răng Chuột có vẻ cảm động. Nó khụt khịt mũi liên tục.

- Đừng khịt mũi nữa! - Ria Mép vỗ vai Răng Chuột - Tóc Bím nói đúng. Lẽ ra mày không nên giấu tụi tao!

- Thực ra tao không giấu tụi mày! - Răng Chuột cắn môi - Tao chỉ muốn giấu em gái tao.

Nghe Răng Chuột nói vậy, không đứa nào hỏi nữa. Vì đứa nào cũng hiểu: Nếu biết anh mình đi bưng bê mỗi buổi chiều để kiếm tiền nuôi mình, có thể Cọng Rơm sẽ không chịu đựng nổi.

Bây giờ thì Kiếng Cận mới vỡ lẽ tại sao hôm trước Răng Chuột dặn nó đừng cho Cọng Rơm biết chuyện anh trai mình đi dạy kèm. Răng Chuột tưởng nó đã biết được sự thật đằng sau chuyện này.

- Các bạn ngồi chơi nghe!

Răng Chuột nói nhanh và vội vã đứng lên quay trở vô trong. Dáng điệu hấp tấp của nó cho biết nó vẫn còn lúng túng lắm.

Kiếng Cận nói lớn:

- Lát nữa thế nào bạn cũng ra ngồi với tụi này đấy!

- Được rồi! Tôi sẽ xin phép bà chủ!

Hôm đó, cuối cùng Răng Chuột cũng đã ngồi vào bàn.

Nghĩa là cuối cùng buổi tiệc ăn mừng thằng Bắp Rang đã không thiếu một ai.

Nhưng dẫu sao cũng khó có thể kết luận đó là một buổi tiệc vui.

46.

Cho đến tận sáng hôm sau, cái sự không vui đó vẫn còn bộc lộ rất rõ trên nét mặt thằng Răng Chuột.

Vào lớp, gặp bạn bè nó vẫn nhe răng chuột ra cười. Nhưng cái sự cười của nó rất ư là gượng gạo.

Kiếng Cận nói nhỏ bên tai bạn:

- Nó cười méo xẹo hà.

Bạn chớp mắt:

- Làm sao giờ?

- Mình không biết.

Răng Chuột gượng gạo làm cả bọn gượng gạo theo.

Dĩ nhiên, bạn là người gượng gạo nhất. Vì bạn ngồi ngay cạnh Răng Chuột.

Ngồi cạnh thì không thể không bắt chuyện. Trong khi Răng Chuột tuyệt nhiên không muốn hé môi.

Bạn hỏi:

- Bạn học bài bữa nay chưa?

- Rồi.

- Thuộc hết không?

- Không.

- Sao thế?

- Ừ.

Bạn hỏi ba câu, Răng Chuột trả lời đúng ba tiếng.

Bạn kể lại với tụi bạn, giọng muốn khóc:

- Răng Chuột sao sao ấy! Nó không muốn trò chuyện với mình.

Hạt Tiêu nhún vai:

- Nó không trò chuyện với tất cả mọi người thì đúng hơn.

Đứa nào cũng thấy Hạt Tiêu nói đúng. Cho nên đứa nào cũng mặt ủ mày ê.

Chiều hôm qua, sau khi ra khỏi quán, Hột Mít đã cẩn thận căn dặn từng người: Ngày mai gặp Răng Chuột phải nói cười bình thường. Phải xem như không có chuyện gì xảy ra.

Sáng nay, tụi bạn đã làm đúng như thế.

Khổ nỗi, cái gì càng cố làm ra vẻ bình thường thì càng trông mất bình thường ghê gớm. Càng xem như không có gì xảy ra thì có cảm giác đang xảy ra cả khối chuyện.

Trò chuyện với Răng Chuột, chẳng đứa nào nhắc gì đến chuyện hôm qua nhưng nhìn vào mắt tụi bạn, Răng Chuột thấy rõ hình ảnh của cuộc gặp gỡ bất ngờ đó đang lởn vởn trong tâm trí của người đối diện.

Vì vậy mà bạn bè càng tỏ ra tế nhị, thằng Răng Chuột càng xa lánh.

Suốt ba ngày liên tiếp, xách cặp giùm bạn xuống đến chân cầu thang xong, Răng Chuột lầm lũi ra bãi gửi, xách xe dông thẳng một mạch, không nấn ná đùa giỡn như mọi lần.

Bạn bè gọi í ới không được, quay sang trách móc.

- Thằng kỳ ghê! - Bảnh Trai nói.

Tóc Ngắn tức tối:

- Tụi mình đâu có bị ghẻ!

Kiếng Cận bênh Răng Chuột:

- Nếu là mình, mình cũng xử sự thế thôi!

Hột Mít nhìn Ria Mép:

- Có cách gì không, Ria Mép?

Ria Mép ngửa mặt lên trời:

- Nhờ một người.

Hột Mít liếc Hạt Tiêu:

- Mặt Mụn nữa hở?

- Không! - Ria Mép lắc đầu - Lần này phải nhờ Bắp Rang.

- Bắp Rang? - Hột Mít ngạc nhiên.

- Đúng thế! Vì Bắp Rang là thần tượng của hai anh em nó. Thần tượng nói gì mà người hâm mộ chẳng nghe!

- Mày lầm to rồi, Ria Mép! - Bắp Rang cười méo xệch - Chính vì vậy mà thằng Răng Chuột càng không muốn nói chuyện với tao!

Sáng kiến của Ria Mép làm cả bọn tươi mặt lên.

Nhưng câu nói của Bắp Rang lại khiến cả bọn xịu mặt xuống.

Lần này, xịu là xịu luôn. Vì đứa nào cũng thấy: Thằng Bắp Rang nói đúng quá!

47.

Trước sau, bạn tịnh không nói một câu nào. Nhưng tối đó, bạn thủ thỉ tâm sự với mẹ bạn:

- Mẹ ơi, bạn Răng Chuột ở lớp con...

Mẹ bạn chăm chú nghe xong câu chuyện. Rồi thở dài:

- Tụi con sai rồi.

- Sai?

Mẹ bạn nhìn vào đôi mắt tròn xoe của bạn, gật đầu:

- Đúng vậy. Lẽ ra khi gặp bạn Răng Chuột, tụi con không nên lờ đi những gì tụi con đã nhìn thấy ở quán ăn hôm trước.

- Tại sao thế hở mẹ?

- Vì bạn Răng Chuột thừa hiểu: Khi người ta cố không nhắc tới điều gì chính là lúc người ta đang nghĩ về điều đó nhiều nhất.

- Thế tụi con phải làm sao?

Mẹ bạn hít vào một hơi:

- Phải đàng hoàng đối diện với sự thật. Phải hỏi thăm công việc của bạn. Phải thường xuyên ghé quán chơi. Khi đó, bạn Răng Chuột sẽ cảm thấy bạn bè nhìn việc làm thêm của mình như nhìn một công việc bình thường.

- Con hiểu rồi! - Bạn reo lên - Còn khi tụi con vẫn tránh né, tức là tụi con vẫn xem đó là chuyện không bình thường, mẹ há?

Mẹ bạn mỉm cười:

- Con nói đúng rồi.

Lên lớp, bạn đem lời khuyên của mẹ bạn kể với cả bọn.

Hột Mít tấm tắc:

- Mẹ Tóc Bím nói đúng quá!

Bắp Rang vung tay:

- Thử coi!

Rồi nó hùng dũng tiến tới chỗ thằng Răng Chuột ngồi:

- Ê, chiều nay đi làm không hở mày?

- Làm gì? - Răng Chuột ngơ ngác hỏi lại, không nghĩ thằng Bắp Rang lại đả động đến đề tài mấy hôm nay ai cũng tránh nhắc tới.

Bắp Rang cười hề hề:

- Thì làm tiếp viên ở quán ăn chứ làm gì.

Trước ánh mắt ngạc nhiên của Răng Chuột, Bắp Rang ngồi phịch xuống bên cạnh, thản nhiên hỏi tiếp:

- Mày làm chỗ đó lâu chưa?

Răng Chuột dè dặt đáp:

- Bốn tháng rồi.

- Lương khá không hở mày?

Bắp Rang lại hỏi, giọng thân mật như thể nó sắp xin vô làm chung với Răng Chuột.

Thái độ của Bắp Rang giúp Răng Chuột dần dần bình tĩnh. Nó liếm môi:

- Khoảng bốn trăm ngàn.

- Một tháng bốn trăm ngàn? - Tiếng kêu của Ria Mép vang lên từ phía sau - Như vậy gần bằng lương mẹ tao bán cửa hàng rồi còn gì!

Răng Chuột lỏn lẻn:

- Nhiều gì đâu?

- Thế là nhiều rồi! - Tiếng Hạt Tiêu trầm trồ.

- Phải đó! - Kiếng Cận tiếp lời - Tụi này làm gì kiếm được chừng đó tiền mỗi tháng.

Bạn cười khì:

- Tụi này nhất nhất chuyện gì cũng ngửa tay xin tiền ba mẹ.

Có tiếng Tóc Ngắn hít hà:

- Tự tay mình làm ra tiền, thích thật!

Răng Chuột sung sướng:

- Dĩ nhiên rồi.

Từng đứa một, cả bọn lần lượt tiến đến sau lưng Răng Chuột.

Từng đứa một, cả bọn lần lượt lên tiếng góp chuyện.

Bị Bắp Rang đưa đẩy, Răng Chuột mải chuyện, chẳng để ý gì. Nó thấy bạn bè hỏi thăm chuyện làm ăn của nó sao mà tự nhiên quá. Cho nên, cũng tự nhiên, nó thấy khoảng cách giữa nó và các bạn bỗng chốc bị xóa nhòa.

Răng Chuột không còn mắc cỡ. Răng Chuột đã bỏ mặc cảm lại sau lưng. Và Răng Chuột nhe răng chuột, hào hứng đáp lời bạn bè.

Cuộc trò chuyện cứ thế diễn ra sôi nổi. Chỉ đến khi ngoái cổ lại, thấy tám gương mặt xúm xít sau lưng mình tự hồi nào, Răng Chuột mới ngỡ ngàng kêu lên:

- Tụi mày làm gì thế hử?

48.

Bảnh Trai nói với Tóc Ngắn:

- Thấy chưa?

- Thấy gì?

- Thằng Răng Chuột ấy. Nó đã vui vẻ trở lại.

- Đúng rồi! - Tóc Ngắn gật đầu - Răng Chuột đã không còn giữ thái độ xa cách với tụi mình.

Bảnh Trai thở dài:

- Nhưng còn Tóc Ngắn. Tóc Ngắn vẫn còn xa cách với tôi.

- Bạn có nói lộn không vậy? - Tóc Ngắn hừ mũi.

Rồi không đợi Bảnh Trai trả lời, Tóc Ngắn hất mặt:

- Hằng ngày bạn xách cặp giùm ai?

- Tóc Ngắn.

- Hằng tuần bạn đi tập judo với ai?

- Tóc Ngắn.

- Khi đánh bài *tiến lên*, bạn chung phe với ai?

- Tóc Ngắn.

Tóc Ngắn cười hì hì:

- Vậy là bản cô nương đây với "em giai" gắn bó còn hơn chị em ruột nữa chứ xa cách gì!

- Dẹp!

Bảnh Trai gầm lên một tiếng, quay mình hậm hực bỏ đi.

Bảnh Trai đi tìm Bắp Rang và Ria Mép, than thở:

- Con nhỏ Tóc Ngắn nó làm sao ấy tụi mày ơi!

Ria Mép tủm tỉm:

- Làm sao là làm sao?

- Nó cứ muốn tao làm em trai nó.

- Thì làm đi! - Bắp Rang cười - Nó là con một, mày làm em nó tha hồ mà nhõng nhẽo.

Bảnh Trai thiểu não:

- Tao có làm em nó, tình cảm nó dành cho tao cũng không bằng con chó con mèo nhà nó đâu.

Bắp Rang nheo mắt:

- Sao mày bi quan thế?

- Tao không bi quan! - Bảnh Trai nuốt nước bọt - Tao đã từng nghe nó xếp hạng rồi. Thoạt đầu nó xếp tao hạng tám, đồng hạng với tụi mày. Năn nỉ mãi, nó mới nâng tao lên hạng bảy, nhưng vẫn đứng sau con mèo Mi và thằng chó Mí.

Ria Mép vỗ vai Bảnh Trai, cố nín cười:

- Mày phải tập kiên nhẫn. Nhỏ Tóc Ngắn bây giờ vẫn còn là một "thằng nhóc" mê chơi, mê ăn, mê ngủ. Rồi sẽ đến ngày nó trở thành một thiếu nữ chững chạc và chín chắn. Lúc đó, vị trí của mày chắc chắn sẽ được nâng lên.

Bảnh Trai sáng mắt:

- Ngày đó là ngày nào?

Ria Mép vờ nghiêm mặt xòe tay tính toán một lúc, rồi toét miệng cười:

- Khoảng mười lăm năm nữa!

Đến lúc này, Bảnh Trai mới biết thằng Ria Mép trêu nó.

- Dẹp!

Lần thứ hai trong vòng mười phút, Bảnh Trai gầm lên.

Và cũng như lần đầu, gầm xong, nó quay mình hậm hực bỏ đi.

49.

Cho đến chiều thì Bảnh Trai sực nhớ ra: trong lớp, bạn là người chơi thân với Tóc Ngắn nhất.

Nhưng khi Bảnh Trai lò dò đạp xe đến nhà bạn thì bạn đã qua nhà Kiếng Cận.

- Đi chơi không? - Bạn rủ.

- Đi đâu?

- Đi ăn bún bò Huế.

Kiếng Cận cười:

- Ghé chỗ Răng Chuột hở?

- Ừ.

Răng Chuột thấy Kiếng Cận chở bạn đâm đầu vô quán thì bỡ ngỡ lắm:

- Hai bạn đi đâu vậy?

- Hỏi vô duyên! - Kiếng Cận nghinh mặt - Vô đây là đi ăn bún chứ còn đi đâu!

Bạn mỉm cười nhìn Răng Chuột:

- Cho hai tô!

Lần này Răng Chuột không còn thấy lúng túng như lần ăn mừng Bắp Rang.

Nó lấy khăn lau bàn, vui vẻ đùa:

- Quý khách chờ một lát nhé.

Khi Răng Chuột bưng hai tô bún ra đặt trên bàn, Kiếng Cận hỏi:

- Ngồi chơi không?

- Lát nữa đi.

Răng Chuột hất đầu về phía hai người khách vừa bước vô quán, khẽ đáp. Như vậy là nó bận. Chứ thật ra nó đã hết ngại ngùng. Kiếng Cận và bạn sung sướng nghĩ.

Hôm đó, Kiếng Cận và bạn ngồi chơi với Răng Chuột khá lâu.

Và hôm đó, lần đầu tiên Răng Chuột đã thổ lộ tâm sự. Vì nó đã bắt đầu xem Kiếng Cận và bạn là những người có thể chia sẻ buồn vui.

Theo những gì Răng Chuột kể thì ba mẹ nó ly dị nhau từ khi hai anh em nó còn rất nhỏ. Cho đến bây giờ, đã nhiều năm trôi qua, nó vẫn không biết chuyện gì đã dẫn đến cuộc chia tay giữa ba mẹ nó. Không ai nói cho nó biết. Ba nó không nói. Mẹ nó không nói. Những người khác cũng không ai hé môi.

Trước đây, gia đình Răng Chuột ở dưới quê. Sau khi chia tay mẹ nó, ba nó bỏ lên thành phố làm ăn. Nó và Cọng Rơm sống với mẹ. Đến khi nó lên lớp tám thì mẹ nó cũng dắt díu hai con lên thành phố.

Ba mẹ con thuê một căn phòng nhỏ ở với nhau. Lúc đầu, đời sống rất khó khăn. Một thời gian sau, mẹ nó được một gia đình khá giả nhận vào dạy kèm mấy đứa con, cuộc sống đỡ lên một chút.

Mẹ nó ở luôn tại nhà học trò, cuối tháng lãnh lương mới ôm tiền về thăm hai anh em nó.

- Thế sao bạn phải đi làm thêm? - Kiếng Cận hỏi.

Răng Chuột thở dài:

- Tiền mẹ tôi đem về chỉ đủ để đóng tiền nhà, tiền ăn. Nhưng còn bao nhiêu khoản khác như tiền học, tiền quần áo, sách vở...

Bạn chớp mắt:

- Hình như bạn thường xuyên thay đổi chỗ ở?

- Ừ! - Răng Chuột tặc lưỡi - Để tìm chỗ rẻ hơn ấy mà.

Hôm đó, trước khi Kiếng Cận và bạn ra về, Răng Chuột một lần nữa lại cẩn thận dặn:

- Mấy bạn tới đây chơi thì được nhưng nhớ đừng để cho Cọng Rơm biết đấy nhé.

50.

Thằng Răng Chuột dặn dò chuyện đó có vẻ kỹ lưỡng lắm. Nhưng bữa đó suýt chút nữa chính nó đã làm lộ bí mật của mình.

Chẳng là khi Kiếng Cận và bạn ra về, những người trong quán lập tức xúm lại trầm trồ:

- Hai chị em sinh đôi trông hay quá!

Bà chủ quán hỏi Răng Chuột:

- Hai con bé sinh đôi đó học chung lớp với con hả con?

Răng Chuột lễ phép:

- Dạ, hai bạn đó học cùng lớp với con nhưng không phải là sinh đôi, thưa cô.

- Con nói sao ấy chứ! Chị em không sinh đôi sao giống nhau đến thế?

- Dạ, hai bạn đó cũng không phải chị em ạ.

Chủ quán trợn mắt:

- Không chị em là sao?

- Dạ, là không bà con họ hàng gì hết đó cô.

Câu trả lời của Răng Chuột khiến những người trong quán ngẩn tò te.

Chuyện đó làm thằng Răng Chuột khoái lắm. Khoái đến mức quên béng mất cảnh giác.

Về nhà, nó khoe ngay với Cọng Rơm:

- Hôm nay vui quá là vui.

- Chuyện gì vậy hở anh?

- Ai cũng tưởng Kiếng Cận và Tóc Bím là chị em sinh đôi.

Cọng Rơm cười:

- Hôm đầu tiên hai chị ấy đến nhà chơi, em cũng tưởng thế.

Nó bỗng ngước nhìn anh nó:

- Hôm nay chị Kiếng Cận và chị Tóc Bím đến chỗ anh hở?

Răng Chuột vui vẻ:

- Ừ, hai bạn ấy rủ nhau đi...

Suýt chút nữa, chữ "ăn" đã buột ra khỏi miệng Răng Chuột. May sao, đến phút chót, nó dừng lại kịp.

Cọng Rơm chẳng ngờ vực gì, lại hỏi:

- Đi xem anh dạy kèm hở?

- Ừ! - Răng Chuột mừng rơn - Hai bạn ấy hình như cũng định nhận lời kèm cặp mấy đứa nhóc nào đó. Nên muốn xem anh dạy dỗ như thế nào.

Nếu thế giới tổ chức một cuộc thi nói dối, Răng Chuột đứng hạng bét là cái chắc. Vì nó nói dối chả ra làm sao: Lý do nó đưa ra khó ai tin nổi.

Nhưng Răng Chuột thì rất hài lòng về tài phịa chuyện của mình. Nó tưởng mình là tay tổ. Tại nó thấy Cọng Rơm gật gà gật gù và không thắc mắc gì thêm nữa đó mà.

Nó không biết, thực ra, em gái nó đã biết nó phịa chuyện từ lâu.

Có nghĩa là từ lâu, Cọng Rơm đã biết anh mình xách cặp ra khỏi nhà vào lúc bốn giờ rưỡi mỗi chiều không phải để đi dạy kèm.

Có nghĩa là từ lâu, Cọng Rơm đã biết anh mình hằng ngày vẫn phục vụ ở quán ăn. Thậm chí nó còn biết quán ăn đó tên gì, bán thứ gì, ở nhà số mấy, trên con đường nào. Mặc dù Cọng Rơm chưa bao giờ đi ngang qua đó.

Đó là do Cọng Rơm nghe nhỏ bạn kể lại.

- Mình vừa gặp anh bạn.

- Ở đâu?

- Ở một quán bún bò.

- Ảnh có nói chuyện với bạn không?

- Không, ảnh không nhớ mặt mình.

- Hai người ngồi cùng bàn hở?

- Không, ảnh làm tiếp viên. Ủa, bạn không biết sao?

- Biết chứ.

Lần đó, Cọng Rơm phải cố để đừng khóc, thậm chí để đừng run lên trước mặt bạn mình. Nhưng dù cố đến mấy, cặp mắt nó vẫn hoe hoe đỏ.

- Bạn sao thế?

- Mình thương anh mình! - Phải vất vả lắm Cọng Rơm mới tìm ra cách giải thích tự nhiên - Đã bao nhiêu lần mình kêu ảnh đừng đi làm nữa nhưng ảnh vẫn không nghe.

- Ấy là vì anh bạn là một người anh thương em.

Bạn của Cọng Rơm nói đúng. Răng Chuột là một người anh thương em. Nên nó không muốn em gái nó biết bí mật của nó. Nó sợ Cọng Rơm buồn.

Và Cọng Rơm cũng là một người em thương anh. Nên nó không muốn anh nó biết nó đã khám phá ra những bí mật mà anh nó cố giấu. Nó sợ Răng Chuột buồn.

51.

Răng Chuột không biết điều đó. Cả Kiếng Cận và bạn cũng không biết.

Nên khi biết ra, cả hai kinh ngạc khôn xiết.

Đó là hôm Kiếng Cận và bạn ôm hộp bánh đến nhà Răng Chuột. Răng Chuột về trễ, hai đứa ngồi trò chuyện với Cọng Rơm.

Cọng Rơm nhìn Kiếng Cận, lễ phép:

- Em cám ơn chị Kiếng Cận về con mèo vải hôm trước nhé.

Kiếng Cận vờ trách:

- Tặng lâu rồi mà bữa nay mới cám ơn.

Cọng Rơm phân trần:

- Tại chị và chị Tóc Bím giống nhau quá, em sợ nhầm. Bây giờ phân biệt được, em mới dám cám ơn.

- Cám ơn nhầm cũng không sao! - Kiếng Cận

đùa - Chỉ sợ mai mốt em định tặng quà cho chị, lúc đó nhầm mới thật tai họa.

Cọng Rơm cười khúc khích. Nó hết nhìn Kiếng Cận lại quay sang nhìn bạn, vui vẻ nói:

- Hai chị giống nhau như hai giọt nước, hèn gì hôm trước anh Răng Chuột bảo mọi người trong quán ai cũng tưởng hai chị là chị em sinh đôi.

Cọng Rơm nói năng bình thường, nhỏ nhẹ nhưng Kiếng Cận và bạn nghe như sấm nổ bên tai.

Cả hai bất giác đưa mắt nhìn nhau. Rồi cùng quay lại, ngỡ ngàng:

- Em biết rồi hở, Cọng Rơm?

Cọng Rơm ngơ ngác:

- Biết gì cơ?

- Biết chuyện anh Răng Chuột ấy.

- Chuyện anh Răng Chuột sao ạ?

Bạn nhíu mày:

- Có phải em vừa nói "mọi người trong quán"...

Cọng Rơm chợt hiểu. Nó tái mặt khi nhớ ra câu buột miệng vừa rồi. Trong một phút lơ đễnh, nó đã tự tố cáo chính nó.

Cho nên nó không còn cách nào khác là cúi đầu, lí nhí:

- Dạ, em biết lâu rồi ạ.

Thú nhận của Cọng Rơm làm Kiếng Cận và bạn dở cười dở mếu. Răng Chuột đã dặn tới dặn lui Kiếng Cận và bạn về chuyện này. Là chớ có hé môi với Cọng Rơm. Là phải cực kỳ kín tiếng. Là tuyệt đối bí mật. Trong khi nhỏ Cọng Rơm đã biết tỏng từ khuya. Thằng Răng Chuột thật khờ quá đi mất.

Dù sao câu nói thứ nhất của Cọng Rơm cũng chỉ khiến Kiếng Cận và bạn dở cười dở mếu. Nghĩa là trong cái mếu vẫn còn có một tí cái cười. Nhưng đến khi nó nói tiếp câu thứ hai thì Kiếng Cận và bạn chẳng cười được nữa, chỉ toàn mếu:

- Hai chị nhớ đừng để cho anh Răng Chuột biết là em đã biết đấy nhé.

Thế ra không chỉ ông anh mà cả cô em cũng nhờ Kiếng Cận và bạn giữ bí mật giùm. Một bên không muốn cho bên kia biết. Một bên không muốn cho bên kia biết mình đã biết.

Bạn gật đầu:

- Chị hứa.

Kiếng Cận cũng gật đầu:

- Chị hứa.

Cả hai hứa. Và không hỏi gì thêm. Vì Kiếng Cận và bạn đều biết tại sao Cọng Rơm lại yêu cầu như vậy.

52.

Thực ra, sống trên đời ai mà chẳng có những bí mật. Bạn có bí mật của bạn.

Bắp Rang có bí mật của Bắp Rang.

Răng Chuột có bí mật của Răng Chuột.

Cọng Rơm có bí mật của Cọng Rơm.

Và đã gọi là bí mật thì phải bảo vệ đến cùng. Phải giữ kín trong tâm khảm. Phải nhốt chặt tận đáy lòng. Gần như ai cũng thế.

Gọi là "gần như", bởi cuộc đời dù sao vẫn có những ngoại lệ. Như Bảnh Trai chẳng hạn.

Bí mật của nó, nó đi rêu rao khắp nơi.

Tâm sự của nó, đụng ai nó cũng than thở.

Rốt cuộc, bí mật của nó, ai cũng biết. Tâm sự của nó, ai cũng hay. Chỉ mỗi con nhỏ Tóc Ngắn là ù ù cạc cạc. Oái oăm là chỗ đó. Khổ thân cho thằng Bảnh Trai cũng là chỗ đó.

Và nó chạy nhắng lên.

Và cuối cùng thì nó cũng tóm được bạn.

- Tóc Bím nè.

- Gì?

- Nhỏ Tóc Ngắn ấy mà.

- Nhỏ Tóc Ngắn sao?

- Nó khờ quá.

- Bạn còn khờ hơn.

- Tôi?

- Chứ còn ai. Chỉ người khờ mới loay hoay mãi vì một người khờ.

Bảnh Trai vuốt tóc:

- Có lý.

Rồi thở ra:

- Vậy phải làm sao?

- Mình không biết!

- Bạn chơi thân với Tóc Ngắn lắm mà.

Bạn phì cười:

- Chơi thân thì sao? Hì hì, nói thật nhé, về chuyện này mình dốt đặc cán mai.

Bảnh Trai nhắm mắt, thốt lên ai oán:

- Trời ơi, ta hết cách rồi sao?

Bạn nhìn người sắp chết, thấy tội tội, bèn gõ tay lên trán:

- Trong bọn chúng ta, có một đứa dồi dào kinh nghiệm...

Bạn nói chưa dứt câu, Bảnh Trai vụt mở mắt ra. Mắt nó sáng trưng:

- Hạt Tiêu?

Reo lên hai tiếng cụt ngủn, nó tông cửa nhà bạn, chạy mất.

Chẳng có một lời cám ơn, một lời chào. Chỉ có tiếng cánh cửa đập đánh "rầm". Và tiếng ốc vít long ra, rơi loảng xoảng.

Bạn bước lại đóng cửa, bụng lo lắng: Bảnh Trai ơi, coi chừng xe đụng!

53.

Bây giờ thì bạn và Kiếng Cận ghé quán ăn chỗ Răng Chuột khá thường xuyên.

Có hôm cả hai đi cùng Tóc Ngắn, Hạt Tiêu, Hột Mít.

Có hôm đi cùng Bảnh Trai, Ria Mép, Bắp Rang.

Có hôm cả bọn tám đứa đều có mặt.

Nhưng thường đến đó nhất vẫn là bạn và Kiếng Cận, "hai chị em sinh đôi" như người trong quán vẫn gọi.

Cho nên, bây giờ bạn và Kiếng Cận đã thân thuộc với cái quán bún bò này lắm rồi.

Thân thuộc đến mức gặp lúc khách vào đông, Răng Chuột không kịp trở tay, cả hai tự động bưng dọn giúp mà chẳng ai thấy lạ mắt.

Một hôm, bạn và Kiếng Cận bước vô, không thấy Răng Chuột đâu.

- Bạn Răng Chuột bữa nay nghỉ làm hở cô? - Bạn hỏi chủ quán.

- Nó chạy đi giao hàng, lát về cháu à.

- Giao hàng là sao, cô?

- À, có khách muốn ăn bún nhưng không đến quán. Họ chỉ gọi điện thoại, và mình đem tới tận nhà.

Chủ quán nhìn ra cửa:

- Răng Chuột về kìa.

Bạn và Kiếng Cận ngoảnh ra, thấy Răng Chuột đang rà chân xuống đất, chiếc gà-mên lủng lẳng trên tay lái chiếc xe đạp hằng ngày nó vẫn đi học.

Răng Chuột bật chống xe, bước vô. Thấy bạn và Kiếng Cận, nó toét miệng cười:

- Đói bụng sớm quá ha?

Kiếng Cận hỏi:

- Bạn giao hàng ở đâu thế?

- Gần đây thôi.

- Nếu khách ở xa thì sao?

- Xa gần gì cũng thế thôi! - Răng Chuột lau mồ hôi trán - Hễ khách gọi thì mình phải đem tới.

Răng Chuột nói chắc như đinh đóng cột.

Khi nói như vậy, nó không ngờ có lúc nó một mực từ chối giao hàng cho khách, quyết liệt đến mức bà chủ quán chỉ biết lắc đầu chịu thua.

Lần đó, chính bạn và Kiếng Cận đã tận mắt chứng kiến.

Và lần đó, hai đứa đã không kềm được thắc mắc:

- Có chuyện gì thế hở Răng Chuột?

- Địa chỉ giao hàng ở kế nhà tôi! - Răng Chuột thì thầm.

Bạn vỡ lẽ:

- Vậy để mình và Kiếng Cận đi giao cho!

Bạn và Kiếng Cận xách gà mên, đạp xe đi.

Đứa ngồi trước chép miệng:

- Buồn cười ghê!

Đứa ngồi sau lặp lại:

- Ừ, buồn cười ghê!

Buồn cười thật. Vì cho đến lúc này, Răng Chuột vẫn cứ sợ Cọng Rơm phát giác ra chuyện làm thêm của mình.

Nhưng bạn và Kiếng Cận chỉ buồn cười khi đi. Còn khi đạp xe chở nhau về, cả hai tự dưng không thấy buồn cười nữa.

Chỉ thấy buồn hiu hắt.

54.

Buồn hiu hắt hẳn nhiên là rất buồn. Nhưng vẫn chưa phải là buồn nhất.

Buồn nhất là một hôm, thấy Răng Chuột lễ mễ xách ba, bốn cái gà mên ra xe, xỏ dây hí hoáy cột vào yên sau, Kiếng Cận nhướn mắt:

- Khách mua mấy phần mà bạn đem nhiều thế?

- Tới tám phần lận. Chắc là ăn cả nhà.

Bạn nhíu mày:

- Bạn cột không khéo, đổ hết.

Răng Chuột cười:

- Không sao đâu! Đây đâu phải là lần đầu.

Bụng thấy lo lo, bạn tặc lưỡi đề nghị:

- Hay là tôi đi cùng với bạn?

- Đi cùng?

- Ừ, bạn chở, tôi ngồi đằng sau xách gà mên cho.

- Một ý kiến hay! - Kiếng Cận giơ tay lên - Răng Chuột chở Tóc Bím đi đi, mình ngồi đây đợi.

Răng Chuột chưa kịp nói gì, bạn đã lúi húi tháo dây cột và nhanh nhẹn cầm mấy cái gà mên lên:

- Đi!

Thế là cả hai tuôn ra khỏi quán, Răng Chuột ngồi trước lái xe, bạn ngồi sau ôm khư khư mấy gà mên bún.

- Khách ở đâu lận, Răng Chuột?

- Tuốt trên đường An Dương Vương.

Răng Chuột vừa đáp vừa bặm môi đạp. Chân đạp nhưng mặt vẫn dáo dác trông ngang ngó ngửa.

- Bạn tìm gì thế? - Bạn ngạc nhiên - An Dương Vương còn xa mà!

Răng Chuột bối rối:

- Tôi sợ gặp người quen.

- Người quen bắt gặp thì đã sao! - Bạn phì cười - Có gặp bạn như thế này, cũng chẳng ai biết bạn đang đi giao hàng đâu!

- Ờ há! - Răng Chuột thở ra một hơi, ngẩn ngơ - Vậy mà trước giờ mỗi khi đem bún đi giao, tôi cứ thấp tha thấp thỏm, ngốc thật!

Nếu không đang lái xe, hẳn Răng Chuột đã đưa tay lên cốc đầu mình rồi.

Nó không cốc đầu được, nhưng đã thôi láo liên. Và guồng chân trở nên nhanh hơn.

Lát sau, xe dừng trước một căn nhà có cửa lưới xanh trên đường An Dương Vương.

Răng Chuột nói:

- Đây rồi.

Bạn lật đật leo xuống xe:

- Để mình kêu cửa cho.

Răng Chuột đẩy tay lái về phía bạn:

- Tóc Bím coi xe đi. Để tôi!

Rồi đỡ mấy cái gà mên trên tay bạn, Răng Chuột thò tay bấm chuông cửa.

Một người phụ nữ giúp việc từ trong nhà đi ra. Bà chùi hai bàn tay còn lấm dầu ăn vào tạp dề, loay hoay mở cửa.

- Bún phải không cháu? - Bà thò đầu ra. Đang nói, bà bỗng khựng lại, thảng thốt kêu lên - Ủa, sao lại là con hở Răng Chuột?

Bà nhìn mớ gà mên Răng Chuột đang cầm trên tay:

- Không phải là con đang đi dạy kèm sao?

Răng Chuột cũng bàng hoàng không kém người phụ nữ. Nó lắp bắp hỏi, mặt tái đi:

- Còn mẹ? Mẹ cũng không phải là gia sư sao?

Sự gặp gỡ bất ngờ và trớ trêu giữa hai mẹ con Răng Chuột khiến bạn chết trân.

Phải khó khăn lắm bạn mới nhúc nhích được để lặng lẽ dắt xe ra cách đó một quãng.

Bạn không đủ can đảm chứng kiến tình huống éo le và chắc chắn chẳng ai muốn này.

Bạn đứng đợi Răng Chuột và nghe trong đầu bần thần câu hỏi: Có phải hôm nay là ngày buồn nhất?

55.

Trên đường quay về quán, bạn ngồi như cục gạch. Bạn nghĩ Răng Chuột cũng sẽ làm cục gạch thứ hai. Nghĩa là sẽ chẳng ai nói gì với ai. Y hệt hồi đầu năm, lúc cả hai được xếp ngồi cạnh nhau trong lớp.

Bạn nhầm.

Đạp chừng vài vòng, Răng Chuột thình lình nói:

- Mẹ tôi đấy, Tóc Bím.

Bạn lí nhí:

- Mình biết rồi.

Răng Chuột lại nói:

- Hóa ra mẹ tôi đi giúp việc nhà chứ không phải dạy trẻ như lâu nay tôi vẫn nghĩ.

Lần này thì bạn làm thinh. Vì bạn không biết phải nói câu gì cho thích hợp.

Răng Chuột tiếp tục cảm khái:

- Mẹ tôi giấu anh em tôi giống như tôi đã giấu em gái tôi vậy.

Bạn ngọ ngoạy trên yên, định nói với Răng Chuột ấy là vì mẹ Răng Chuột thương con. Ấy là vì mẹ Răng Chuột không muốn anh em nó lo buồn, nghĩ ngợi. Nhưng rốt cuộc bạn đã không thốt một lời nào. Bạn thấy lời an ủi đó sao mà nhẹ nhõm, dễ dàng quá.

Răng Chuột chép miệng, như đọc được ý nghĩ của bạn:

- Chẳng qua do mẹ tôi sợ anh em tôi buồn, Tóc Bím à.

- Mình cũng nghĩ vậy! - Bạn nói.

- Nhưng tôi không buồn đâu, thực đó, Tóc Bím! Chỉ ngỡ ngàng chút thôi.

Không quay lại nhưng chắc Răng Chuột vẫn hình dung ra sự thắc mắc của bạn, nên lại nói:

- Vì tôi tin, nếu tôi tự hào về sự hy sinh của tôi cho em gái tôi thì mẹ tôi chắc cũng tự hào về sự hy sinh của mình cho hai anh em tôi y như vậy.

Suốt từ lúc đó đến khi về quán, gần như chỉ có một mình Răng Chuột nói.

Chưa bao giờ bạn nghe Răng Chuột nói nhiều như thế.

Răng Chuột nói bình tĩnh, chân thành và vẻ như đang nói với chính mình hơn là nói với một người nào khác.

Qua những bộc bạch của Răng Chuột, bạn mừng rỡ nhận ra sự chín chắn đáng ngạc nhiên của bạn mình. Trong khi bạn cố tình lảng tránh thì Răng Chuột điềm nhiên đề cập đến cuộc gặp gỡ vừa rồi giữa hai mẹ con, thật khác xa với thái độ mặc cảm của lần bị bạn bè bắt gặp ở quán ăn hôm nọ.

Thậm chí, ngay cả khi bạn thận trọng hỏi, lúc quán bún đã hiện ra trước mắt:

- Mình sẽ không kể cho Kiếng Cận và các bạn về câu chuyện hôm nay chứ?

Răng Chuột đáp giọng bình thản:

- Tùy bạn. Theo tôi, chẳng có gì phải giấu.

Chỉ đến khi dừng xe ngay cửa, nó mới thở dài nói thêm:

- Thực ra chỉ cần giấu mỗi Cọng Rơm thôi.

56.

Hôm đó, bạn phân vân mãi.

Rằng không biết có nên kể lại cho đứa bạn nào về những gì đã xảy ra với Răng Chuột hay không.

Bạn đắn đo. Bạn lưỡng lự. Và cuối cùng bạn quyết định sẽ không nói với bất cứ ai về chuyện này. Dù đó là Kiếng Cận, "chị em sinh đôi" của bạn.

Bạn không kể với Kiếng Cận còn vì bạn không có cơ hội làm điều đó.

Vì ngay sáng hôm sau, giữa giờ chơi, thằng Bảnh Trai đã tung ra một "quả bom".

- Hà hà! - Bảnh Trai cười híp mắt - Thì ra...

Bảnh Trai đi qua đi lại trước mắt cả bọn, đầu gục gà gục gặc, miệng úp úp mở mở.

- Gì thế hở mày? - Bắp Rang hỏi.

Bảnh Trai vẫn lượn qua lượn lại:

- Hà hà, thì ra...

Rõ ràng thằng Bảnh Trai muốn trêu gan mọi người.

Hột Mít nghiến răng:

- Nhóc ngươi muốn bị xách tai chắc?

Tóc Ngắn nheo mắt:

- Bảnh Trai điên rồi.

Bảnh Trai đứng lại. Nó tặc tặc lưỡi:

- Mãi đến hôm qua tôi mới biết được hằng ngày thằng Mặt Mụn vẫn gọi điện thoại cho Hạt Tiêu để nói những gì.

Câu nói của Bảnh Trai khiến cả bọn lập tức quay nhìn Hạt Tiêu. Thấy mọi người nhìn mình, Hạt Tiêu nhe răng ra cười tỉnh bơ, chẳng thèm đỏ mặt tí ti.

Bạn tò mò ngó Bảnh Trai:

- Mặt Mụn nói gì thế?

Bảnh Trai không trả lời thẳng câu hỏi của bạn. Nó tiếp tục trình bày quá trình khám phá bí mật của mình bằng một giọng trang trọng:

- Tôi đến xin "yết kiến" Hạt Tiêu cả thảy sáu lần...

Ria Mép cắt ngang:

- Để tìm hiểu xem một đứa con trai hằng ngày nói gì với một đứa con gái mà "yết kiến" có sáu lần là quá ít.

Bắp Rang láu lỉnh:

- Nhất là tìm hiểu để bắt chước nói lại với một đứa con gái khác.

Hột Mít lừ mắt ngăn không cho hai tên tiểu quỷ phá bĩnh rồi quay sang Bảnh Trai, hất hàm:

- Rốt cuộc kết quả thế nào hở Bảnh Trai?

Bảnh Trai gãi cằm:

- Năm lần đầu, mặc cho tôi năn nỉ ỉ ôi, nhỏ Hạt Tiêu khăng khăng không chịu tiết lộ. Cho đến chiều hôm qua, Hạt Tiêu mới chịu hé môi. Thì ra...

Lần thứ ba, nói tới hai chữ "thì ra", Bảnh Trai lại ngưng ngang.

Kiếng Cận bực mình đứng lên:

- Mình về đây!

Hột Mít và bạn cũng làm bộ nhấp nhổm:

- Bảnh Trai lấp lửng như thế, tụi mình cũng về luôn.

Bảnh Trai nháy mắt với Hạt Tiêu:

- Nói nghe, Hạt Tiêu?

Mọi người nghĩ Hạt Tiêu sẽ phản đối. Nó sẽ giơ nắm đấm lên. Hoặc ít ra cũng thét lên be be.

Không ngờ Hạt Tiêu nhún vai hờ hững:

- Tùy bạn.

Rồi nó thở đánh thượt:

- Mình mệt lắm rồi. Ba mẹ mình cũng mệt lắm rồi.

Ria Mép ngó Bắp Rang:

- Thằng Mặt Mụn này thật quá quắt mày ạ! Chuyên hành hạ ba mẹ bạn mình!

Bọn con gái không thèm quan tâm đến "tội ác" của Mặt Mụn. Bốn cặp mắt đổ dồn vào Bảnh Trai:

- Hạt Tiêu cho phép rồi đó, Bảnh Trai!

Bảnh Trai hấp háy mắt:

- Các bạn có biết thằng Mặt Mụn gọi điện thoại cho Hạt Tiêu mỗi ngày để nói gì không?

- Nói gì?

Bảnh Trai đưa bốn ngón tay ra trước mặt:

- Nó nói tổng cộng có bốn câu hà?

- Mình biết bốn câu đó! - Nhỏ Kiếng Cận thình lình lên tiếng.

Không chờ Bảnh Trai hỏi lại, Kiếng Cận thao thao tuôn một tràng trước những ánh mắt ngạc nhiên của cả bọn:

- Bốn câu đó là: *Tội Hạt Tiêu quá há? Năm nay Hạt Tiêu xinh quá ha? Tính tình Hạt Tiêu cũng được quá hả? Tôi nhớ Hạt Tiêu quá hà!*

Nói xong, Kiếng Cận tủm tỉm nhìn Bảnh Trai:

- Đúng không?

- Đúng! - Bảnh Trai nhìn lại Kiếng Cận, cũng tủm tỉm - Nhưng bạn nói đúng có chín mươi chín phần trăm hà.

Kiếng Cận tròn mắt:

- Chín mươi chín phần trăm? Tại sao?

- Tại có sự khác biệt về tên người trong câu.

Hột Mít, Tóc Ngắn và bạn hấp tấp chồm người tới trước:

- Là sao?

Bảnh Trai chém tay vào không khí:

- Bốn câu của Mặt Mụn chính xác là: *Tội nhỏ Kiếng Cận quá há? Năm nay Kiếng Cận xinh quá ha? Tính tình Kiếng Cận cũng được quá hả? Tôi nhớ Kiếng Cận quá hà!*

- Trời!

Tóc Ngắn, Kiếng Cận, Hột Mít, Ria Mép, Bắp Rang và bạn, sáu cái miệng cùng sửng sốt kêu lên. À quên, tính thêm thằng Răng Chuột nữa là bảy. Răng Chuột có ngồi đó, có kêu trời, nhưng vì đang có tâm sự nên nó kêu trời nhỏ xíu hà.

57.

Con người ta kêu trời là vì quá thảng thốt, vì quá bàng hoàng. Vì con người ta có những hai cái tai nhưng ngay lúc đó chẳng tin được một cái tai nào.

Chứ kêu trời không có nghĩa mặc nhiên xem những gì vừa lọt vào tai là sự thật.

Nhất là nhỏ Kiếng Cận. Kêu trời xong, nó ré lên:

- Đừng có bịa chuyện, quỷ sứ rút lưỡi à nghen!

- Bảnh Trai không bịa đâu, Kiếng Cận!

Hạt Tiêu lên tiếng đáp thay Bảnh Trai.

Còn bạn lên tiếng phản đối thay Kiếng Cận:

- Vô lý! Chính Mặt Mụn tuyên bố thích Hạt Tiêu. Suốt hai tháng trời nó tâm sự với Kiếng Cận như vậy.

Hạt Tiêu nhún vai:

- Nhưng khi mình gọi điện hỏi nó, nó bảo nó thích Kiếng Cận chứ không phải thích mình. Và nó cũng tâm sự với mình suốt hai tháng trời như vậy.

Ria Mép ngửa mặt lên trời:

- Hà hà, phải đem thằng Mặt Mụn đi siêu âm. Chắc nó có hai trái tim.

Bắp Rang thu nắm đấm:

- Chiều nay tôi và Ria Mép sẽ đi gặp nó.

- Đúng! - Ria Mép gầm gừ - Phải bắt nó giải thích rõ ràng chuyện này.

- Nếu nó không cung khai, hai nhóc ngươi cứ dùng cực hình thẳng tay tra khảo! - Hột Mít nghiến răng ken két - Hừ, năm ngoái học chung thấy nó hiền như cục bột. Năm nay qua trường khác lại bày đặt lộn xộn.

Bảnh Trai giơ tay:

- Tôi đi với.

Ria Mép quắc mắt:

- Chi?

- Trị tội nó. Thằng Mặt Mụn đã làm cho những cô gái nghi ngờ tình cảm của những chàng trai chân thật...

Bảnh Trai mới nói tới đó, Tóc Ngắn đột nhiên cười hí hí:

- Ở nhà đi, Bảnh Trai! Bản cô nương đây không nghi ngờ gì tình cảm của "em giai" đâu!

Tóc Ngắn cho đến giờ vẫn là một con nhóc vô tư. Nghĩa là cho đến giờ, ngoài những lúc ở trường, nó vẫn tóc tai quần áo theo kiểu con trai, đi đứng theo lối con trai, chơi những trò chơi con trai. Và tất nhiên, cũng nói đùa theo kiểu con trai.

Do đó, Bảnh Trai cứ ngó sững nó, không biết câu nói của con nhỏ này có chứa đựng ý tứ gì sâu xa hay chỉ là lời bông đùa vô tội vạ. Một hồi lâu, nó chớp mắt hỏi lại:

- Tóc Ngắn nói thật hở?

- Bản cô nương không quen nói dối. Bằng chứng là kể từ hôm qua, bản cô nương đã âm thầm nâng "em giai" lên hạng sáu, xếp trên thằng Mí một nấc rồi.

Mắt Bảnh Trai sáng lên:

- Thế còn con Mi?

Tóc Ngắn cười hì hì:

- Con Mi vẫn hạng năm.

Đang tươi hơn hớn, mặt Bảnh Trai xịu ngay xuống:

- Thế thì cũng như không!

Hột Mít, Hạt Tiêu, Kiếng Cận và Răng Chuột ngó nhau:

- Thằng Mí con Mi nào thế?

Chỉ chờ có vậy, Bắp Rang, Ria Mép và bạn cùng vọt miệng rập ràng:

- Là con chó con mèo nhà Tóc Ngắn đó!

Đáp xong, ngoảnh sang, cả ba thấy Hột Mít, Hạt Tiêu, Kiếng Cận và Răng Chuột miệng mồm méo xệch.

58.

Thoạt đầu thằng Mặt Mụn chỉ quan tâm đến nhỏ Hạt Tiêu.

Nó nghĩ tại nó ứng đáp vụng về với chị Mắt Nai nên con nhỏ này mới bị cách chức bí thư chi đoàn.

Lúc nghe tin Hạt Tiêu bị kỷ luật, Mặt Mụn đấm ngực binh binh, gõ đầu cốc cốc. Nó ân hận quá. Đến khi nghe hai tên tiểu quỷ Ria Mép và Bắp Rang kể lể sướt mướt về hoàn cảnh của Hạt Tiêu, nó càng thêm xốn xang bứt rứt.

Vì vậy nó mới gọi điện thoại cho tân bí thư chi đoàn Kiếng Cận để hỏi thăm về cựu bí thư chi đoàn Hạt Tiêu. Vậy thôi chứ có gì đâu!

Ngặt nỗi, thằng Mặt Mụn thấy thương nhỏ Hạt Tiêu quá. Cho nên nó gọi điện cho nhỏ Kiếng Cận không chỉ một lần. Cũng không chỉ hai lần.

Mặt Mụn gọi mỗi ngày. Gọi suốt trong hai tháng trời như vậy.

Tháng đầu tiên, nghĩ đến Hạt Tiêu, nó thấy tội tội, thấy thương thương.

Nhưng qua đến tháng thứ hai, nó thấy thương thương nhỏ Kiếng Cận nhiều hơn. Tại nó thấy con nhỏ này tốt quá. Ngày nào cũng è cổ ra nghe nó tâm sự mà chẳng mở miệng chửi nó một câu. Cũng chẳng nhíu mày lấy một cái. (Thực ra nhỏ Kiếng Cận nhíu mày cả trăm cái nhưng thằng Mặt Mụn đâu có nhìn thấy). Nhỏ Kiếng Cận không những tốt bụng mà còn dịu dàng. Điều đó làm thằng Mặt Mụn cảm động không để đâu cho hết. Khi nó lo lắng, nhỏ lựa lời an ủi. Khi nó buồn bã, nhỏ nhẹ nhàng động viên.

Nhưng Mặt Mụn lại chẳng dám lộ tình cảm của mình ra ngoài. Nó sợ nhỏ Kiếng Cận liệt nó vào hạng bất lương.

Để có cớ gọi điện thoại cho Kiếng Cận mỗi ngày, thằng Mặt Mụn láu cá vờ tiếp tục thương nhớ Hạt Tiêu.

Trong khi thực ra, những gì nó nói về Hạt Tiêu chính là những tình cảm nó muốn gửi gắm cho nhỏ bạn đang đàm đạo với nó ở bên kia đầu dây.

Ngày Hạt Tiêu gọi điện thoại cho Mặt Mụn cũng là ngày nó thú thật tất cả.

Và kể từ lúc đó, nó gọi điện thoại cho cựu bí thư chi đoàn Hạt Tiêu mỗi ngày để kể lể về tình cảm của nó đối với tân bí thư chi đoàn Kiếng Cận, giống như trước đây nó gọi điện thoại cho tân bí thư chi đoàn Kiếng Cận mỗi ngày để kể lể về tình cảm của nó đối với cựu bí thư chi đoàn Hạt Tiêu.

Ria Mép và Bắp Rang đi điều tra về, nhăn nhó kể lại cho cả bọn. Rồi lắc đầu, kết luận:

- Lộn xộn quá!

Tóc Ngắn cười khì khì:

- Hèn gì mặt nó ngày càng lắm mụn.

Hột Mít ngó Kiếng Cận:

- *Giờ* xử *sao?*

Kiếng Cận nhún vai:

- Chỉ có một cách thôi.

Bảnh Trai gãi đầu:

- Thương lại nó?

Kiếng Cận bĩu môi:

- Còn lâu.

Nó nghiêm mặt:

- Mình và Hạt Tiêu sẽ hỏi tội nó.

Hạt Tiêu vỗ tay:

- Hay đấy!

Rồi hỏi:

- Chừng nào?

- Đợi đến hôm liên hoan văn nghệ cuối năm.

59.

Hôm liên hoan văn nghệ cuối năm, Mặt Mụn trốn biệt.

Trước đó ba ngày, Ria Mép đón đường, rủ:

- Tới chơi nha mày!

Mặt Mụn hăng hái:

- Tới chứ.

Trước đó hai ngày, Bắp Rang gọi điện thoại, nhắc:

- Nhớ tới nha mày!

Mặt Mụn hào hứng:

- Nhớ chứ.

Trước đó một ngày, Mặt Mụn quay số máy Hạt Tiêu:

- Tối mai, Kiếng Cận có lên sân khấu không?

Hạt Tiêu dĩ nhiên là bé. Nhưng Hạt Tiêu cũng có nghĩa là cay. Nó "xì" liền:

- Có. Kiếng Cận lên sân khấu, còn ông thì lên đoạn đầu đài.

Mặt Mụn giật thót:

- Là sao?

Hạt Tiêu gọn lỏn:

- Tới thì biết.

Hạt Tiêu nói kiểu đó, có cho vàng thằng Mặt Mụn cũng không dám mò tới Ngôi Trường Mọi Khi xem liên hoan văn nghệ.

Nếu không tới, chắc chắn giờ này nó đang ngồi bó gối trước hiên nhà, đang nguyền rủa hai tên tiểu quỷ Ria Mép và Bắp Rang thậm tệ và sau đó chắc là nó sẽ đưa tay lên tự cốc đầu hai mươi lăm cái để trừng phạt mình về cái tội không biết giữ mồm giữ miệng khiến mọi thứ đổ bể tùm lum.

Nhưng cũng có thể nó đã liều lĩnh dẫn xác tới, nhưng chỉ dám thập thò ngoài cổng. Đứng ngoài cổng, không nhìn thấy sân khấu dựng ở sân trong, nhưng vẫn có thể nghe được tiếng hát của ca sĩ Kiếng Cận vọng ra qua cặp loa treo toòng teng trên cành phượng. Vì lý do đó, rất có thể thằng Mặt Mụn lúc này đang có mặt đằng trước cổng cũng nên.

Vậy Mặt Mụn có mặt ở Ngôi Trường Mọi Khi vào đêm liên hoan hay không?

Có trời mới biết.

À quên, ngoài trời ra, bạn cũng có thể biết. Biết bằng cách tưởng tượng. Ngay từ dòng đầu tiên của cuốn sách bạn đang cầm trên tay, tác giả đã tuyên bố rằng để đọc câu chuyện này, bạn bắt buộc phải tưởng tượng mà.

Thế thì tại sao bạn không tưởng tượng trong khi bạn và các bạn của bạn đang hăm hở biểu diễn văn nghệ bên trong bức tường rào thì bên ngoài bức tường rào thằng Mặt Mụn cũng đang hăm hở vểnh tai nghe trộm?

Và nếu nghe trộm thì Mặt Mụn nghe thấy những gì?

60.

Lớp mười của bạn đăng ký tham gia ba tiết mục: "Tứ ca ngẫu nhiên" Kiếng Cận, Bắp Rang, Vòng Kiềng và Đuôi Ngựa trình bày nhạc phẩm *Cho tôi yêu*. Song ca Răng Chuột và Cọng Rơm sẽ hát bài *Cả nhà thương nhau*. Cuối cùng, tiết mục đinh, tiết mục dự thi chính thức của lớp bạn là song ca *Mặt trời bé con* được trình bày bởi hai giọng ca vàng Bảnh Trai và Hột Mít.

Tứ ca *Cho tôi yêu* trôi qua êm đềm.

Nhưng tới song ca *Cả nhà thương nhau* thì có chuyện.

Lúc Răng Chuột và Cọng Rơm đang say sưa *"Ba thương con vì con giống mẹ. Mẹ thương con vì con giống ba..."* thì chị Mắt Nai đã lần tới chỗ lớp bạn.

Bí thư đoàn trường Mắt Nai ngoắt bí thư đoàn lớp Kiếng Cận:

- Ra đây em!

Kiếng Cận vừa lách mình bước ra, chị Mắt Nai nghiêm mặt hỏi ngay:

- Lại một vụ Mặt Mụn nữa hở?

Kiếng Cận sửa kiếng cận:

- Sao ạ?

- Đừng giả vờ ngây thơ! - Chị Mắt Nai chỉ tay lên sân khấu - Bạn nào đấy?

- Bạn Răng Chuột ạ.

- Còn bạn kia?

- Bạn Cọng Rơm ạ.

- Đâu phải học sinh trường mình.

- Dạ, bạn Răng Chuột học lớp em!

Lớp trưởng Hột Mít lên tiếng đáp thay bí thư chi đoàn Kiếng Cận, chả rõ nó mon men lại gần từ khi nào.

Và không chỉ mình nó. Sau lưng nó, nguyên một đám lủ khủ.

- Thế còn Cọng Rơm?

Ria Mép gãi gáy:

- Dạ, Cọng Rơm là em của Răng Chuột.

- Trường mình?

Bắp Rang gãi cằm:

- Dạ, trường khác.

Chị Mắt Nai quay sang Kiếng Cận:

- Thế ra tụi em vẫn chưa biết sợ?

Kiếng Cận đang bối rối, Bảnh Trai đã cười nịnh:

- Chị ơi, em của học sinh trường mình coi như là người của trường mình rồi.

- Đừng giỡn!

Hạt Tiêu cố tìm lý do:

- Nhưng tiết mục này đâu có dự thi hở chị?

- Không dự thi cũng không được đưa học sinh trường khác vào! - Chị Mắt Nai nhún vai - Sao tụi em thích đùa dai với nhà trường thế? Vụ bóng đá hồi đầu năm chưa đủ hay sao?

Nhìn vẻ mặt càng lúc càng lạnh của chị Mắt Nai, Kiếng Cận biết không xong.

- Thôi được, chị cứ cách chức bí thư chi đoàn của em đi! - Nó thở dài - Nhưng lần này tụi em không cố ý đùa tí nào.

- Không đùa?

- Dạ, không đùa. Tại chị không biết đó thôi, hoàn cảnh của hai anh em Răng Chuột rất đặc biệt...

Rồi Kiếng Cận kể sơ cho chị Mắt Nai nghe.

Nghe xong, chị Mắt Nai chớp mắt nai:

- Thật thế hở?

- Dạ.

- Thế thì chị tha cho tụi em lần này.

Chị Mắt Nai đã dợm bước đi. Nhưng rồi chị bỗng cau mày:

- Nhưng tại sao hai anh em Răng Chuột lại chọn buổi liên hoan hôm nay để hát bài này?

Thấy cả bọn lúng túng, bạn vọt miệng đáp bừa:

- Tại hôm nay có ba mẹ bạn Răng Chuột đến dự, chị à.

61.

Cùng lúc đó, như để phụ họa với bạn, từ trên sân khấu, Răng Chuột bỗng kêu ầm trong micrô:

- A, mẹ kìa.

Cả bọn nhìn lên, ngạc nhiên thấy Răng Chuột đang toét miệng cười, tay chỉ về một góc sân.

Cọng Rơm không chịu thua. Nó nhảy tưng tưng, tay chỉ về góc sân đối diện:

- Í, có ba nữa kìa!

Tiếng reo hớn hở của nó được cặp loa trên cành phượng truyền đi vang vang khắp sân trường.

Rồi sực nhớ ra vẫn còn đang đứng trên sân khấu, hai anh em hoảng hốt phóng xuống các bậc thang.

Trong khi khán giả vỗ tay như sấm, tưởng những tiếng reo bất thần kia là sáng tạo độc đáo của đôi song ca thì Răng Chuột và Cọng Rơm chạy như bay lại chỗ tụi bạn đang đứng.

Răng Chuột kéo tay Kiếng Cận và bạn, vui vẻ chỉ sang bên trái:

- Mẹ mình kìa.

Còn Cọng Rơm níu tay Bắp Rang, sung sướng chỉ sang bên phải:

- Ba em đó.

Bạn hỏi Răng Chuột:

- Bạn mời ba mẹ đến dự à?

- Không, mình không mời ai cả! - Cặp mắt Răng Chuột long lanh - Thế mà cả ba lẫn mẹ đều biết, và đều đến.

Tự nhiên bạn mừng lây nỗi mừng của anh em Răng Chuột. Ba mẹ Răng Chuột không hẹn mà cùng đến xem chương trình văn nghệ, cùng nghe Răng Chuột và Cọng Rơm hát bài *Cả nhà thương nhau*, chắc chắn là cùng hiểu được hai đứa con côi cút của mình khao khát điều gì.

Sau này, ba mẹ Răng Chuột có sẵn lòng dẹp bỏ những bất hòa để thỏa mãn nỗi khao khát chính đáng của Răng Chuột và Cọng Rơm hay không thì khó mà đoán trước. Nhưng ít ra, sự có mặt bất ngờ của ba mẹ Răng Chuột trong đêm nay cũng là một dấu hiệu tốt lành.

Cho nên không chỉ bạn mừng. Kiếng Cận cũng mừng. Hạt Tiêu mừng. Tóc Ngắn mừng. Ria Mép mừng. Bắp Rang mừng. Bảnh Trai mừng. Tất nhiên cả chị Mắt Nai cũng mừng.

Chỉ có một người không mừng. Đó là Hột Mít.

Hột Mít không mừng không phải vì không mừng. Mà vì đang mừng, ngước mắt nhìn lên sân khấu, nó bỗng thấy lo. Lo ghê lắm. Đến mức cái lo lấn át mất cái mừng.

Đến mức khi Kiếng Cận khều nó:

- Chuẩn bị lên đi! Sắp tới tiết mục của bạn với Bảnh Trai rồi đó.

Hột Mít vẫn chưa hết thẫn thờ:

- Mình sợ không qua lọt quá hà.

Hạt Tiêu trố mắt:

- Trời đất! Con người đầy bản lĩnh mọc đuôi thỏ tự bao giờ vậy?

Ria Mép ngửa mặt lên trời:

- Hà hà, khủng long ăn thịt tự dưng hóa thành khủng long ăn cỏ. Loạn rồi chăng?

Tóc Ngắn tặc tặc lưỡi:

- Bảnh Trai hát hay nhất trường bên nam, bạn hát hay nhất trường bên nữ, cả hai song ca mà không qua lọt à? Giải nhất ấy chứ!

Hột Mít chép miệng:

- Không phải mình nói chuyện đó.

Bảy, tám cái miệng đồng loạt há hốc:

- Chứ chuyện gì?

Hột Mít chỉ tay về chỗ bậc cấp bước lên sân khấu:

- Lối đi hẹp té thế kia, khủng long như bản cô nương đây làm sao qua lọt?

Thì ra khi nãy, lúc hấp tấp phóng xuống, Răng Chuột và Cọng Rơm đã quýnh quíu húc đổ miếng ván dựng làm cánh gà khiến lối đi lên sân khấu bị chắn mất một khúc.

Giải thích thật thà của Hột Mít làm cả bọn sững sờ mất mười lăm giây.

Chỉ mười lăm giây thôi. Tới giây thứ mười sáu, đứa nào đứa nấy không hẹn mà cùng ôm bụng cười nghiêng cười ngửa.

Từ hồi nhập học đến nay, dường như chưa bao giờ chúng cười nhiều đến thế.

Thành phố Hồ Chí Minh 2001